அருவ ஜீவிகள்

அ. பாக்கியம்

பாரதி
புத்தகாலயம்

ARUVA JEEVIGAL (in Tamil)

A.Bakkiam

First Published: February, 2022

Published by

BHARATHI PUTHAKALAYAM

7, Elango Salai, Teynampet, Chennai - 600 018

Email: bharathiputhakalayam@gmail.com / www.thamizhbooks.com

அருவ ஜீவிகள்

அ.பாக்கியம்

முதல் பதிப்பு: பிப்ரவரி, 2022

வெளியீடு:

பாரதி புத்தகாலயம்

7, இளங்கோ சாலை, தேனாம்பேட்டை, சென்னை - 600 018.

தொலைபேசி : 044-24332424, 24330024 | விற்பனை: 24332924.

மதுரை: 37A, பெரியார் பேருந்து நிலையம் - 045 22324674

ஈரோடு: 39: 39 ஸ்டேட் பேங்க் சாலை - 9245448353

திண்டுக்கல்: பேருந்து நிலையம் - 9942331105, 9976053719

பழனி: பேருந்து நிலையம் - 9442883696

திருப்பூர்: 447, அவினாசி சாலை - 9486105018

சேலம்: பாலம் 35, அத்வைத ஆஸ்ரமம் சாலை 0427 2335952

திருவல்லிக்கேணி: 48, தேரடி தெரு - 9444428358

வடபழனி: பேருந்து நிலையம் எதிரில் அடையார்
ஆனந்தபவன் மாடியில் - 9444476967

பெரம்பூர்: 52, கூக்ஸ் ரோடு - 9444373716

திருவாரூர்: 35, நேதாஜி சாலை - 9442540543

சேலம்: 15, வித்யாலயா சாலை சாலை

திருநெல்வேலி: 25கி, ராஜேந்திரநகர் - 9442149981

மதுரை: சர்வோதயா மெயின்ரோடு

குன்னூர்: N.K.N வணிக வளாகம் பெட்போர்ட்

செங்கல்பட்டு: 1 D ஜி.எஸ்.டி சாலை - 044 27426964

விருதுநகர்: 131, கச்சேரி சாலை - 0456 2245300

கும்பகோணம்: 352, ரயில் நிலையம் எதிரில் - 9443995061

வேலூர்: பேஸ் III, சத்துவாச்சாரி - 9442553893

நெய்வேலி: பேருந்து நிலையம் அருகில், - 9443659147

தஞ்சாவூர்: காந்திஜி வணிக வளாகம் காந்திஜி சாலை - 9655542400

கோவை: 77, மசக்காளிபாளையம் ரோடு, பீளமேடு - 8903707294

திருச்சி: வெண்மணி இல்லம், கரூர் புறவழிச்சாலை - 9994289492

திருவண்ணாமலை: முத்தம்மாள் நகர் | **நாகர்கோவில்:** 699 கே.பி.ரோடு R.V.புரம் - 9443450111

சிதம்பரம்: 22A / 18B தேரடி கடைத் தெரு, கீழவீதி அருகில் - 9994399347

கரூர்: நாரத கானசபா அருகில் (TNGEA OFFICE) - 9442706676

காரைக்குடி : 12, 2 வது தெரு, கம்பன் மணிமண்டபம் பின்புறம் - 9443406150

பாண்டிச்சேரி : கிழக்-கு கடற்கரைச்சாலை, இலாசுப்பேட்டை, 9486102777

அருப்புக்கோட்டை: கதவுஎண் 49 A/4 மெயின் ரோடு, தெற்கு தெரு - 9994173551

நினைத்த நூல்கள்... நினைத்த நேரத்தில்...

thamizhbooks.com 8778073949

அச்சு : பிரிண்டெக், சென்னை - 600 005.

கருத்தாயுதத்தை சாணை பிடிக்க. . .

முகமது அலி

அவர் ஒன்றும் இடதுசாரி இல்லை. வெள்ளை நிறவெறியர்களால்... வெள்ளை நிறவெறி அரசுகளால் ஒடுக்கப்பட்ட.... ஒடுக்கப்பட்டுக் கொண்டிருக்கும் கோடிக்கணக்கான கருப்பர்களில் ஒருவர். நிறவெறி நெருப்பாற்றில் நீந்தி கருப்பின மக்களின் கருத்து சுதந்திரத்திற்காக வினையாற்றியவர் முகமது அலி. அமெரிக்க ராணுவத்தில் சேர்ந்து வியட்நாமுக்கு சென்று சண்டையிட நிர்த்தாட்சண்யமாக மறுத்தார்.

முகமது அலியை பாக்ஸராக மட்டுமே பலரும் அறிந்திருக்கும் வேளையில் அவரை ஒரு போராளியாக அறிமுகம் செய்கிறது கருப்பின போராளி என்ற கட்டுரை.

(உருவம்: 17-1-1942 அருவம்: 3-6-2016)

கொலம்பஸ்

புதிய உலகை கண்டுபிடித்த பிதாமகன்களில் ஒருவராக கொலம்பஸ் என்ற மாலுமி அடையாளப்படுத்தப்படுகிறார். கண்டதே காட்சி; கொண்டதே கோலம் என்று நினைக்கும் அநேகம் பேர் அவரை அப்படித்தான் அறிந்திருக்கிறார்கள். ஆனால், சுக்கான் பிடித்த அவர் கைகள் முழுவதும் செவ்விந்தியர்களின் ரத்தக்கறை படிந்திருக்கிறது. புதிய உலகை கண்டுபிடிப்பது என்ற பெயரால் ஒரு பகுதி மக்களை அழித்தொழித்த வரலாற்றுக்கு சொந்தக்காரன் கொலம்பஸ். இன்றும் கூட பழங்குடி மக்கள் நரவேட்டையாடப்படுகிறார்கள். கொலம்பஸ்கள் இன்னும் ஜீவித்துக் கொண்டிருக்கிறார்கள் என்பதை அடிமை வியாபாரி கட்டுரை அம்பலப்படுத்துகிறது.

(உருவம்:1451 அருவம்: 1506)

பகத்சிங்

கேளாக்காதினர் கேட்பதற்காக வெடிகுண்டால் பேசியவன். மரணம் தன்னைத் தழுவும்போதும் கால்கள் தாய் மண்ணைத் தழுவிக் கொண்டிருக்க வேண்டும் என்பதால், சுட்டுக் கொன்று மரண தண்டனையை நிறைவேற்றச் சொல்லி கோரிக்கை வைத்தவர் பகத்சிங். வெள்ளை அரசாங்கத்திடம் அவன் முதலும் முடிவுமாக வைத்த ஒரே கோரிக்கை அதுதான். பகத்சிங் ஒரு புரட்சியாளர் மட்டுமல்ல... புரட்சிகர அமைப்புகளை உருவாக்கியவர் என்பதை 'புரட்சிகர அமைப்பாளன்' என்ற கட்டுரை வெளிப்படுத்துகிறது.

(உருவம்: 28-9-1907 அருவம்: 23-3-1931)

டாக்டர் அம்பேத்கார்

ஒரு சமூகத்திற்கு இழைக்கப்பட்ட அத்தனைக் கொடுமைகளையும் ஒருசேர அனுபவித்தவர் டாக்டர் அம்பேத்கார். வாழ்வின் ஒவ்வொரு நொடியிலும், எடுத்து வைத்த ஒவ்வொரு அடியிலும் அவமதிப்பு, பகிஷ்கரிப்பு, புறக்கணிப்பை சந்தித்தார் அம்பேத்கார். அம்பேத்காரைப் பற்றிய ஒரு மாறுபட்ட அலசல் 'மகத்தான மனிதன்' கட்டுரையில் காண முடிகிறது. அம்பேத்கார் கம்யூனிஸ்ட்டுகளை எதிர்த்தாரா? ஆதரித்தாரா என்பதையும், அவருடைய நிலைப்பாட்டை எந்தக் கண்ணோட்டத்தில் அணுக வேண்டும் என்பதும் இந்தக் கட்டுரையில் கூறப்பட்டுள்ளது.

(உருவம்: 14-4-1891 அருவம்: 6-12-1956)

டி.டி.கோசாம்பி

டி. டி. கோசாம்பி என அறியப்பட்ட தாமோதர் தர்மானந்தா கோசாம்பி இந்திய நவீன வரலாற்றின் பிதாமகன். சரியான வரலாற்றை வாசிப்பவர்கள், இவரைப் பற்றி அறியாமல் இருக்க மாட்டார்கள். கோசாம்பியின் வரலாற்றாய்வு முறை இந்திய வரலாற்றாய்வில் பெரும் திருப்புமுனையாக அமைந்தது.'' இந்திய வரலாற்றியலின் வழிகாட்டி'' என்ற கட்டுரையில் அவருடைய ஆய்வுகள், பணிகள், வரலாற்றில் அவரின் பங்களிப்பு குறித்து சிறப்பாக சொல்லப்பட்டிருக்கிறது.

(உருவம்: 31-7-1907 அருவம்: 29-6-1966)

பிரெடரிக் எங்கல்ஸ்

அறிவுலக ஆசான். உலக பாட்டாளி மக்களுக்கான தத்துவத்தை உருவாக்கிய பிதாமகன்களில் ஒருவர். எழுத்தை... பேனாவை... அறிவை ஆயுதமாகப் பயன்படுத்திய மூலவர்களில் முதல்வன். எங்கல்சின் எழுத்து, மார்க்சுடனான நட்பு, இளமைக்காலம், போராட்டம், நூல்கள் என எல்லாமும் ''வரலாற்றைப் புரட்டிப் போட்டவன்'' கட்டுரையில் சிறப்பாக பதிவு செய்யப்பட்டிருக்கிறது.

(உருவம்: 28-11-1820 அருவம்: 5-8-1895)

வி.இ.லெனின்

மார்க்சிய கோட்பாட்டை முதலில் நடைமுறைப்படுத்திக் காட்டிய மாவீரன். யுகப்புரட்சியின் நாயகன். விளையும் பயிர் முளையிலேயே தெரியும் என்பதற்கு வரலாற்றின் முதல் உதாரணம். உலகின் முதல் சோஷலிசக் குடியரசை நிர்மாணித்து எல்லொருக்கும் எல்லாம் கிடைக்கச் செய்தவர். ''புதுயுக வழிகாட்டி'' என்ற கட்டுரையில் சுவாரசியமான வகையில் லெனின் வரலாற்றுச் சுருக்கம் வரையப்பட்டுள்ளது.

''உண்மை போன்றே எளிமையானவர்'' லெனினைப் பற்றிய மாக்சிம் கார்க்கியின் கட்டுரையும் உள்ளது சிறப்பு. தன் எழுத்துக்கள் மூலம் லெனின் இன்னமும் வர்க்க எதிரிகளுக்கு சிம்ம சொப்பனமாகவே திகழ்கிறார். புரட்சியாளர்களின் ஊடாக... வர்க்கப் போராட்டங்களின் ஊடாக... ஏகாதிபத்திய எதிர்ப்பின் ஊடாக இன்றும் லெனின் ஜீவித்துக் கொண்டுதான் இருக்கிறார்.

(உருவம்: 22-4-1870 அருவம்: 21-1-1924)

பி.எஸ்.தனுஷ்கோடி

பக்த பிரகலாதனைக் கருவில் அழிக்க முயற்சிக்கவில்லை. சிறுவனாக இருந்த போதுதான் பல வகையிலும் அவனை கொல்ல முயற்சித்தனர். தோழர் தனுஷ்கோடி கருவிலேயே கருஞ்சீரகத்தையும், கண்ணாடித் தூளையும் தின்று செரிமானம் செய்தவர். அப்பனுக்கு ஆகாதவன் என்று குடும்பம் அழிக்க நினைத்தது; தனக்கு தோதானவன் என்று சமூகம் அவரை தக்க வைத்துக் கொண்டது. தேசியமும், திராவிடமும்கூட சாதிச் சேற்றில் புதைந்திருந்தபோது, கம்யூனிஸம் மட்டும்தான் சாதி, மதத்திற்கு அப்பாற்பட்டு இருந்தது என்பதை தனுஷ்கோடி

கண்டுணர்ந்தார். கருவிலிருந்து கல்லறை வரை ஒரு கம்யூனிஸ்டின் போராட்ட பயணத்தின் தொகுப்புதான் ''கதிரவன் முகம் காணாதவர்கள்'' கட்டுரை. தனுஷ்கோடியின் போராட்ட வாழ்க்கை பற்றிய ஞாபகங்கள் ஒவ்வொரு தோழனின் நெஞ்சிலும் தீ மூட்டும்.

(உருவம்: 3-2-1923 அருவம்: 19-8-1997)

வி.பி.சிந்தன்

பாட்டாளி வர்க்க படைத்தளபதிகளுள் ஒருவர். தமிழகத்தில் எம்.ஜி.ஆர். என்ற மூன்றெழுத்தைவிட வி.பி.சி. என்ற மூன்றெழுத்துதான் தொழிலாளி வர்க்கத்தின் தாரக மந்திரம். பிரிட்டிஷ், பிரெஞ்சு, போர்ச்சுக்கல் ஆகிய மூன்று அரசுகளை எதிர்த்த விடுதலைப் போராட்டத்தில் பங்கெடுத்தவர் வி.பி.சி. ஆயுதப் போராட்டத்திலும் ஈடுபட்டவர். தோழர் வி.பி.சி.யுடன் பழகிய அனுபவம், அவரின் கீழ் பணியாற்றிய அனுபவம், கட்சி வெகுஜன அமைப்புகளின் வளர்ச்சிக்கு வி.பி.சி.க்கு பாடுபட்ட விதம் உள்ளிட்டவைகளை ''வர்க்கப் போராளி'' என்ற கட்டுரையில் ஆசிரியர் சிறப்பாக பதிவு செய்துள்ளார்.

(உருவம்: 10-10-1918 அருவம்: 8-5-1987)

பூலித்தேவன்

வேலு நாச்சியார், மருது சகோதரர்கள் வரிசையில் வந்தவர்தான் பூலித்தேவன் (1715-–1767) என்ற பாளையக்காரர். வெள்ளையனுக்கு கப்பம் கட்ட மறுத்து முதன் முதலாக 1751ம் ஆண்டில் வீரச்சமர் புரிந்தவர். 12 ஆண்டுகள் ஆற்காடு நவாபுக்கும், வெள்ளையர்களுக்கும் சிம்மசொப்பனமாக விளங்கினார். வெள்ளையனை எதிர்த்த பூலித்தேவனின் வாழ்க்கை வரலாறு இந்த புத்தகத்தில் சிறப்பாக பதிவு செய்யப்பட்டுள்ளது.

(உருவம்: 1715 அருவம்: 1767)

தற்போதைய காலகட்டத்தில் கருத்தாயுதத்தால் மட்டுமே 'திரிசூலாயுதம்' உள்பட எல்லா ஆயுதத்தையும் வெற்றிக் கொள்ள முடியும். கருத்தாயுதத்தை வாசிப்புகளால் மட்டுமே சாணைப் பிடிக்க முடியும். கருத்தாயுதத்தை கூர்மைப்படுத்த ''அருவ ஜீவிகள்'' என்ற இந்த புத்தகம் பெரிதும் உதவும்.

- வே.பெருமாள்

பத்திரிகையாளர்

இன்றைய தேவை கருதியே. . .

''அருவ ஜீவிகள்'' - வரலாற்றை வடம்பிடித்து தனது வாழ்நாளில் தடம் பதித்த களப் போராளிகளைப் பற்றிய புத்தகம். காலம் கருத்து போராளிகள் என்ற வகையினத்தை உருவாக்கி விட்டது. களமற்ற கருத்து கயமை தனத்தையே உருவாக்கும். இந்த புத்தக மாந்தர்கள் இன்று உருவமாக இல்லை. அருவமாக ஜீவித்துக் கொண்டுள்ளனர். அவர்கள் வாழ்ந்த காலத்தில் களம் கண்ட வடிவங்களும், அதனால் உருவான கருத்துக்களும் இன்று மக்களிடம் நிலைபெற்றுள்ளது. எனவேதான் இப்புத்தகத்திற்கு ''அருவ ஜீவிகள்'' என்று பெயர் சூட்டப்பட்டுள்ளது.

அவர்கள் வாழ்ந்த காலம் வேறு. எழுதப்பட்ட காலம் வேறு. இதற்கிடையிலான காலம் அதிகமானது. எழுதப்பட்ட காலத்திற்கும் புத்தகமாக பதிப்பிக்கும் காலத்திற்கும் கணிசமான இடைவெளி உள்ளது. ஆனாலும் இவர்களின் களமும் கருத்தின் தேவையும் இன்றைக்கும் மிக கால பொருத்தம் உடையதாக உள்ளது. அத்தியாவசிய தேவையாக உள்ளது. தனிநபர் சாகசங்களை தவிர்த்து சமூகத்தின் பெரும்பகுதி மக்களின் பிரச்சனைகளை தீர்ப்பதற்கான சாகசங்களை இப்புத்தகத்தில் சொல்லப்பட்டவர்கள் நிகழ்த்தியிருக்கிறார்கள். வர்க்க சமூகத்தின் வெளிப்பாடாக இருக்கக்கூடிய பல கூறுகளை இணைத்தும், தனித்தும் அவர்கள் எதிர்கொண்டுள்ளனர்.

''கருப்பினப் போராளி'' என்ற கட்டுரை பாரதி புத்தகாலயத்தின் சிறு பிரசுரமாக வெளிவந்து மிக அதிகளவில் விற்றுத் தீர்ந்தது. அம்பேத்கரைப் பற்றிய மகத்தான மனிதன் என்ற கட்டுரை இந்துத்துவா அரசியல் கருவியாக முன்னிறுத்தப்பட்ட காலத்தில் ஒடுக்கப்பட்ட மக்களின் எழுச்சியை முன்னிறுத்தி எழுதப்பட்டது. 20 ஆயிரம் பிரதிகளுக்கு மேல் விற்பனையான ''இளைஞர் முழக்கம்'' மாத இதழில் 1993-ம் ஆண்டு வெளிவந்த கட்டுரையாகும்.

இதே காலத்தில்தான் கடல்வழி மார்க்கம் கண்டுபிடித்த விஞ்ஞானி என்று கற்பிதம் செய்யப்பட்ட கொலம்பஸின்

நினைவாக ஐரோப்பிய அமெரிக்க நாடுகள் புதிய உலகை கண்டுபிடித்த 500வது ஆண்டு தினத்தை கொண்டாடினார்கள். கொலம்பஸ் உருவாகி வந்த முதலாளித்துவச் சுரண்டலின் கோரப்பசிக்கு புதிய கண்டத்தின் பழங்குடி மக்களை அடிமையாக்கிய ''அடிமை வியாபாரி'' என்று அம்பலப்படுத்திய கட்டுரையும் வெளியானது.

லெனின், பகத்சிங், பூலித்தேவன் பற்றிய கட்டுரைகளும் இளைஞர் முழக்கத்தில் வெளிவந்தவை ஆகும்.

எங்கல்ஸ், டி.டி.கோசாம்பி, பி.எஸ்.தனுஷ்கோடி போன்றவர்களை பற்றிய கட்டுரைகள் அவர்களின் நினைவு தினத்தையொட்டி மார்க்சிஸ்ட் மாத இதழில் வெளிவந்தவை ஆகும்.

தமிழக தொழிலாளி வர்க்கத்தின் உரிமைகளுக்கான இரத்த சாட்சியாய் பலருக்கும் களப் போராட்ட வழிகாட்டியாய் இருந்த வி.பி.சிந்தனை பற்றி நான் திருவொற்றியூரில் ஆற்றிய நினைவஞ்சலி உரை எழுத்து வடிவில் இப்புத்தகத்தில் இடம் பெற்றுள்ளது.

லெனினைப் பற்றி மாக்சிம் கார்க்கி அவர்கள் மதிப்பீடு செய்த கட்டுரை 2022 ஜனவரி 21 அன்று பாரதி புத்தகாலயத்தின் ''புக் டே'' வலை தளத்தில் வெளியிடப்பட்டது.

மேற்கண்டவை அனைத்தும் ஏற்கனவே பல ஆயிரம் வாசகர்களுக்கு சென்றிருந்தாலும், தற்போது அவற்றைத் தொகுத்து இன்றைய தேவை கருதி புத்தகமாக வடிவமைக்கப்பட்டுள்ளது. இந்த புத்தகம் வெளிவருவதற்கு உதவிய பத்திரிகையாளர் வே. பெருமாள், தோழர் ஜெயசங்கரன், ஏற்கனவே எனது ஒரு எதிர் கேள்வியின் தத்துவம், சென்னையின் மறுபக்கம் - நிஜங்களின் தரிசனம் என்ற இரு புத்தகங்களின் அட்டைப்படத்தை அற்புதமாக வடிவமைத்த காளத்தி, ''அருவ ஜீவிகள்'' அட்டைப் படத்தையும் சிறப்புற வடிவமைத்துள்ளார். இப்புத்தகத்தை பாரதி புத்தகாலயம் வெளியிட்டுள்ளது. இவர்கள் அனைவருக்கும் எனது இதயம் நிறைந்த நன்றி. இதை வாங்கி வாசிக்கும், பிறரையும் வாசிக்கும்படி செய்யும் உங்களுக்கும் நெஞ்சார்ந்த நன்றி.

-அ.பாக்கியம்

உள்ளடக்கம்

1

கருப்பின போராளி

விண்ணை முட்டும் கரவொலி
செவிப்பறை கிழியும் கூச்சல்!
கரவொலி - குரல் ஒலியுடன்
எதிரொலியும் இணைந்து கொண்ட அரங்கம்!
பெரும் ஆரவாரங்களுக்கிடையில்
அரங்கின் மேடை நடுவிலிருந்து
எரிமலை குழம்புகள் வெளியேறுவதுபோல்,
"நான் மகத்தானவன்
நானே மகத்தானவன்"

என்ற குரல் பீறிட்டு கிளம்பி, அத்தனை சப்தங்களையும் அமைதியாக்கியது. இந்த குரலுக்கும், வார்த்தைக்கும் உரிமையாளனின் அடையாளம் இதோ.

வெளிர் கருப்பு நிறம்
6.3 அடி உயரம்
சுருட்டை முடி
தடித்த உதடுகள்
ஒழுங்கமைக்கப்பட்ட
உடல்வாகு, புஜபலம்,
முஷ்டி மடக்கிய கைகள்

பட்டாம்பூச்சிபோல் மிதக்கும் கால்கள்
நெற்றி பொட்டில் குத்தி நிற்கும் இரு கண்கள்

என அமையப் பெற்ற அவர்தான் எளிதில் வெற்றி கொள்ள முடியாத குத்துச் சண்டை வீரன் முகமது அலி.

தனது 22வது வயதில் தொழில்முறை குத்துச்சண்டை போட்டிக்கு புளோரிடா மாநிலம் மியாமி கடற்கரைக்கு வந்து சேர்கிறார் முகமது அலி. மோதப்போவது பிரபலமான சாம்பியன் சன்னி லிஸ்டனுடன் அவன் சாம்பியன் மட்டுமல்ல. அங்குள்ள உழைப்பாளர்களுக்கு எதிராக கூட்டங்களை கலைக்கவும், போராட்டக்காரர்களை காயப்படுத்தும் பணிகளை செய்யும் பிரபலமான அடியாளாகவும் திகழ்ந்தான். அவனின் ஆதரவாளர்கள் கேலி பேசினர்... முகமதுஅலியை பலவாறு அவமானப்படுத்தினார்கள்... அவநம்பிக்கையை விதைத்து விரட்டப் பார்க்கிறார்கள்... ஆனாலும் அலி அசைந்து கொடுக்கவில்லை.

1964 பிப்ரவரி 25 அன்று போட்டி துவங்கியது. ஒரே சுற்றில் போட்டி முடியும். சன்னி லிஸ்டன் எளிதில் வெல்வான் என நினைத்து அரங்கத்தில் அவனுக்கு ஆதரவான குரல்கள் இடைவிடாமல் எழுந்தவண்ணம் இருந்தன. முதல் சுற்று கடந்து இரண்டு, மூன்று சுற்றுகள் தொடர கூட்டங்களின் சப்தம் கடல் அலைகள் உள்வாங்குவது போல் அடங்கி புருவங்கள் விரிந்தன. ஆறாவது சுற்றில் லிஸ்டன், முகமது அலியால் வீழ்த்தப்பட்டான். கூட்டத்தினரின் விரிந்த புருவங்கள் நிலைத்து சில நிமிடங்கள் நின்றன. நடுவரின் மணியோசை ஒலித்தவுடன் அலியின் வெற்றி அறிவித்த நிலையில், நிசப்தமான அரங்கம் ஆரவாரத்தின் உச்சநிலையை அடைந்தது. இந்த ஆரவாரங்களுக்கிடையே முகமது அலி இருகைகளையும் உயர்த்தி "நானே மகத்தானவன்" (I AM THE GREATEST) என எரிமலை குழம்பு பீறிட்டு அடித்தது போல் கத்தினார். இந்த வார்த்தைகள் அடுத்த பத்தாண்டுகள் குத்துச்சண்டை உலகை ஆட்சி செய்தது.

"உன்னால் முடிந்தால் என்னை பிடி
பட்டாம் பூச்சிபோல் மிதந்து,
தேனி போல் கொட்டுவேன்
உன்னால் முடிந்தால் என்னை பிடி"

என்ற கவிதை வரிகளுடன் வெற்றிப் பயணத்தில் தடம் பதித்தார்.

விருப்பத்தேர்வு இல்லை விடுதலைக்களம்:

குத்துச்சண்டை என்பது சமூகத்தில் ஏழைகள், விளிம்புநிலை மக்களின் விளையாட்டு. இந்த குத்துச்சண்டை விளையாட்டு, வீரர்களை 'சுயிங்கம்' போல் மென்று வெளியே துப்பிவிடும். அதுவும் அமெரிக்க சமூகத்தில் கருப்பின வீரர்கள் என்றால் எளிதில் துப்பிவிடும். கருப்பின மக்களுக்கு இந்த விளையாட்டு விருப்பத் தேர்வாக இருக்கவில்லை. வாழ்வின் அவசியமாக அமைந்து விடுகிறது. அமெரிக்காவின் ஆரம்பகால குத்துச்சண்டை வீரர்கள் ஆப்பிரிக்காவிலிருந்து பிடித்து வரப்பட்ட கருப்பின அடிமைகளே. அமெரிக்காவின் தெற்கு பகுதியில் தோட்ட முதலாளிகள் மற்றும் பண்ணை உடைமையாளர்கள் தங்களது பொழுதுபோக்கிற்காக கருப்பு அடிமைகளின் கழுத்தில் இரும்புபட்டை கட்டி மோதவிடுவார்கள். அந்த அடிமைகளின் வலியில் இவர்கள் இன்பம் காண்பார்கள். அமெரிக்காவில் அடிமை ஒழிப்பு சட்டம் நிறைவேறியது. அடிமைகள் பூரணமாக விடுவிக்கப்படவில்லை என்றாலும், நிறவெறி ஒதுக்கல் தொடர்ந்தாலும் பணத்திற்காக நடைபெற்ற குத்துச்சண்டை போட்டியில் கருப்பினத்தவர்கள் அனுமதிக்கப்பட்டனர். இந்தக் களத்தையும் கருப்பின மக்கள் தங்களது விடுதலைக்களமாக அமைத்துக் கொண்டனர். முகமது அலியின் முன்னோடிகளின் வரலாறும் இதுவே.

ஜாக் ஜான்சனின் குத்தும் - கலவரத்தீயும்

1908-ம் ஆண்டு *20* வயதுள்ள ஜாக் ஜான்சன் (*1878-1946*) என்ற கருப்பின இளைஞன் டெக்சாஸ் மாநிலத்தில் தொழில்முறை குத்துச்சண்டை களத்திற்கு வருகிறான். *1908*-ம் ஆண்டு சிட்னி நகரில் நடைபெற்ற போட்டியில் டோமி பர்னஸ் என்பவனை வீழ்த்தி வெற்றி பெற்றான். முதன்முறையாக "உலக குத்துச்சண்டை சாம்பியன்" என்ற பட்டத்தை பெற்ற முதல் அமெரிக்க கருப்பினத்தவன் இவனே ஆகும்.

இந்த வெற்றி கருப்பின மக்களிடம் பெரும் எழுச்சியை ஏற்படுத்தியது. அதிகாரம், பணபலம் படைத்த வெள்ளைநிற வெறியர்களால் இதை தாங்கிக் கொள்ள முடியவில்லை. ஜாக் ஜான்சன் இதற்குமுன் உள்ளூர் அளவில் பல கருப்பு, வெள்ளை நிற வீரர்களை தோற்கடித்துள்ளான். எனினும் ஒரு கருப்பன் "உலக சாம்பியன் பட்டம்" பெற்றதையும் அதனால் கருப்பின மக்கள்

பெருமைகொள்வதையும் அவர்களால் ஏற்க முடியவில்லை. முறைப்படி அடுத்த சாம்பியன்ஷிப் போட்டி வரும்வரை காத்திருக்க முடியவில்லை. நிறவெறிமேன்மையை நிரூபிக்க துடித்து அடுத்தடுத்த காட்சிப்போட்டிகளை ஏற்பாடு செய்தனர். ஒரு வெள்ளையன் மூலம் ஜாக் ஜான்சனை தோற்கடிக்க வேண்டும் என்பதே அவர்களின் இலக்கு. ஜாக் ஜான்சனுக்கு இன அடிப்படையில் அச்சுறுத்தல் நெருக்கடிகளை கொடுத்தனர்.

1909-ம் ஆண்டு வெள்ளை நிறவெறி பண்ணை உடமையாளர்களால் தயார் செய்யப்பட்டு மோதவிடப்பட்ட டோனிராஸ், அல்கைஃப்மேன் மற்றும் ஸ்டேன்லி கெட்சல் ஆகியோரை ஜாக் ஜான்சன் தோற்கடித்தான். ஜாக் ஜான்சனின் ஒவ்வொரு குத்தும் நிறவெறி ஒதுக்கல் மீது விழுந்த குத்தாக கருப்பினத்தவர்கள் கருதினர். வெள்ளை நிறவெறி பண்ணை உடமையாளர்கள் இத்தோல்வியை தாங்கிக்கொள்ள முடியவில்லை. தங்களின் அதிகாரத்தின் மீது விழுந்த அடியாக கருதி ஓய்வுபெற்ற உலக குத்துச்சண்டை வீரர் ஜேம்ஸ் ஜேஃப்ரீசை பணம் கொடுத்து அழைத்து வந்து மோதவிட்டனர். “நான் மீண்டும் சண்டைபோட வருவதற்கு ஒரே காரணம் வெள்ளை நிறத்தவன் நீக்ரோவைவிட சிறந்தவன் என்பதை நிரூபிக்க வேண்டும் என்பதற்காக மட்டுமே” என நிறவெறி திமிருடன் ஜேம்ஸ் பேசினார்.

நிறவெறி பதற்றம் போட்டி நடைபெறும் நெவ்டா பிரதேசத்திலும், ரெனோ நகரிலும் பற்றிக் கொண்டது. அரங்கைச் சுற்றிலும், ஆயுதம், துப்பாக்கி, மது வகைகள் இந்த பதற்றத்தால் தடைசெய்யப்பட்டிருந்தது. எனினும் வெள்ளை நிறவெறியாளர்கள் ஜேம்ஸ் ஜேஃப்ரி மீது பெரும் தொகை பந்தயம் கட்டியிருந்தனர். அரங்கை வெள்ளையர் கூட்டம் ஆக்கிரமித்திருந்தது. பார்வையாளர் கூட்டம் “கருப்பனை சாகடி” என வெறிக் கூச்சலிட்டது. போட்டி ஜூலை 4, 1910 அன்று 20,000 பார்வையாளர்கள் மத்தியில் நடந்தேறியது. கருப்பின ஜாக் ஜான்சன் தனது 15-வது சுற்றில் முன்னாள் உலக சாம்பியன் ‘ஜேம்ஸ் ஜேஃப்ரியை’ நாக்அவுட் முறையில் வீழ்த்தினான். ஜேஃப்ரிக்கு இது தோல்வி மட்டுமல்ல... அவனது குத்துச்சண்டை வரலாற்றில் நாக்அவுட் முறையில் பெற்ற முதல் தோல்வியே இதுதான்.

இந்த போட்டி முடிந்தவுடன் ஜூலை 4-ம் தேதி மாலையே கலவரம் துவங்கியது. ஜாக் ஜான்சன் வெற்றி கருப்பின மக்களை குதூகலிக்க செய்தது. வெறுப்படைந்த வெள்ளை நிறவெறியர்கள்

கருப்பர்கள் மீது தாக்குதலை தொடுத்தனர். நியுயார்க், பிட்ஸ்பர்க், பிலடெல்பியா, நியு ஆர்லியான்ஸ், அட்லாண்டா, செயின்ட்லூயிஸ் என 25 மாநிலங்களிலும், 50க்கும் மேற்பட்ட நகரங்களிலும் கலவரம் வெடித்தது. 20-க்கும் மேற்பட்டவர்கள் இறந்தனர். பலநூறு பேர் படுகாயமடைந்தனர். இதற்கடுத்து 1960-ஆம் ஆண்டுகளுக்கு பிறகு தான் மார்ட்டின் லூதர் கிங் காலத்தில் மீண்டும் கருப்பின மக்களின் எழுச்சி ஏற்பட்டது.

நாக் அவுட்டில் `ஹிட்லர்

சமூக யதார்த்தங்கள் அனைத்து இடங்களிலும் பிரதிபலிக்கும் என்பதைபோல் தொழில்முறை குத்துச் சண்டையிலும் அமெரிக்க சமூகத்தில் நீடித்த நிறவெறி ஒதுக்கல் பிரதிபலித்தது. இந்தப் பின்னணியில் இதோ, மீண்டும் ஒரு கருப்பின வீரன் 'ஜோ லூயிஸ்' குத்துச்சண்டை அரங்கை தீப்பற்ற வைத்தான். 1937 முதல் 1949-ஆம்ஆண்டு வரை உலக குத்துச்சண்டை சாம்பியன் பட்டத்தை தன்வசம் வைத்திருந்தார். 1934 முதல் 1951 வரை 71 போட்டிகளில் கலந்து கொண்டு 68ல் வெற்றி பெற்றுள்ளார். அவற்றுள் 54 நாக்அவுட் முறை வெற்றியாகும்.

ஜோ லூயிஸ் போட்டிகளில் கலந்து கொள்ளும் போதும் இனவெறி மோதல் இருக்கக் கூடாது என்பதற்காக அவரது மேலாளர்கள் பல கட்டுப்பாடுகளை விதித்தனர். வெள்ளை நிற பெண்களுடன் புகைப்படம் எடுக்கக் கூடாது, பொழுதுபோக்கு விடுதிக்கு செல்லக்கூடாது, தானாக சென்று யாரிடமும் பேசக்கூடாது என்று கட்டுப்பாடு விதிக்கப்பட்டது. ஜோ லூயிஸ் இதை கச்சிதமாக கடைபிடித்தார். ''அரங்கத்திற்குள் எனது செயல் பேசும் வெளியில் எனது மேலாளர் வாய்பேசும்'' என்று பதில் அளித்து களம் கண்டார். எனினும் ஜோ லூயிஸ் கலந்து கொண்ட குத்துச்சண்டை அதிக அளவு அரசியல் களமாக மாறியது. அமெரிக்க நாட்டு நிறவெறியை கடந்து ஜெர்மனி வீரர்களுடன் மோதும்போது கண்டம் கடந்த பிரச்சனையாக மாறியது. கருப்பினத்தவர்கள் மூளைத்திறன், உடல்திறன் குறைந்தவர்கள். சோம்பேறிகள், கட்டுப்பாடற்றவர்கள் என்று `ஹிட்லரின் நாஜிகளால் இனவெறி கருத்துக்கள் கட்டமைக்கப்பட்டிருந்த காலம் அது. இதுவே விஞ்ஞானம் என்று பிரச்சாரம் செய்தனர். இனவெறி மேன்மையை நிரூபிக்கும் ஒரு போட்டியாக இனவெறியர்கள் இதை மாற்றினார்கள்.

1935-ம் ஆண்டு கருப்பின ஜோ லூயிஸ் இத்தாலிய உலக சாம்பியன் பிரைமோ கார்னராவுடன் மோதி அவரை தோற்கடித்தார். கார்னரா பெனிட்டோ முசோலியின் தூதராக கருதப்பட்டான். கருப்பின ஜோ லூயிஸ் இத்தாலியால் ஆக்கிரமிக்கப்பட்ட எத்தியோப்பிய இனமாக அடையாளப்படுத்தினர். குத்துச்சண்டை அரங்கில் இனத்தூய்மைவாதம் மேலொங்கியது. ஜெர்மானிய வீரர் மேக்ஸ் ஸ்க்மெல்லிங்கிடம் ஜோ லூயிஸ் 1936-ல் தோற்றுப்போனார். `ஹிட்லரும், அவரது கூட்டாளி கோயபல்சும் இந்த வெற்றியை இனவெறி வெற்றியாக பறைசாற்றினர். அமெரிக்காவின் சில பத்திரிக்கைகள் `இந்த வெற்றி எந்த இனம் மேன்மையான இனம் என்பதை நிரூபித்துள்ளது' என்று எழுதின.

1938-ம் ஆண்டு கருப்பின ஜோ லூயிஸ் ஜெர்மானிய மேக்ஸ் ஸ்க்மெலிங்குடன் மீண்டும் மோதினார். இந்த போட்டியை அமெரிக்க கம்யூனிஸ்ட் கட்சி வானொலி மூலம் நேரடி ஒலிபரப்பு செய்தது. இந்த போட்டியின் மூலம் வெள்ளை இனமே கருப்பினத்தைவிட மேலானது என்று நிரூபணம் ஆகும் என `ஹிட்லரும், வெள்ளை நிற வெறியர்களும் கருதினர். இனப்பெருமையை நிரூபிக்க இது உடல்பலத்தின் மூலமாக நடைபெறும் பொதுவாக்கெடுப்பு என `ஹிட்லர் கருதுவதாக பத்திரிக்கைகள் செய்தி வெளியிட்டன. 1938 ஜூன் 22-ம் அன்று நியூயார்க் நகரம் யாங்கி அரங்கில் 70000 பார்வையாளர்கள் மத்தியில் போட்டி துவங்கியது. இதோ... கருப்பின ஜோ லூயிஸ் முதல் சுற்றிலேயே ஜெர்மானிய மேக்ஸ் ஸ்க்மெல்லிங்கை வீழ்த்தி ஆட்டத்தை முடித்தார். உடனே `ஹிட்லர், ஜெர்மனி முழுவதும் வானொலி ஒலிபரப்பை நிறுத்தினான். இந்த வெற்றியின் மூலம் அமெரிக்க கண்டம் கடந்து கருப்பின மக்கள் எழுச்சி கொண்டனர். கருப்பின இளைஞர்கள் நம்பிக்கையோடு ஒன்று சேர்ந்தனர். ஜோ லூயிஸ் எந்த அளவு இளைஞர்களின் இதயங்களில் குடிகொண்டிருந்தார் என்பதற்கு மற்றொரு சான்று இதோ.

அமெரிக்காவின் தெற்குபகுதி மாநிலத்தில் மரண தண்டனை நிறைவேற்றுவதற்கு புதிய வடிவத்தை அறிமுகப்படுத்தினர். விஷவாயுவை செலுத்தி மரண தண்டனையை நிறைவேற்றுவது என்று முடிவு செய்தனர். இறக்கும் போது விஷவாயு கூண்டுக்குள் என்ன நடக்கிறது என்பதை அறிய மைக்ரோபோன் பொருத்தப்பட்டது. முதன்முதலில் விஷவாயு மூலம் தண்டனை நிறைவேற்றப்பட்டவர் கருப்பின இளைஞர். அவரது மரணக்குரல்

"ஜோ லூயிஸ்! என்னை காப்பாற்றுங்கள்!
ஜோ லூயிஸ்! என்னை காப்பாற்றுங்கள்!"

என்று இருந்ததாக பதியப்பட்டுள்ளது. அந்த அளவு கருப்பின குத்துச்சண்டை வீரர்கள், அம்மக்களுக்கு மீட்பராக, பாதுகாப்பாளராக இருந்துள்ளனர். ஜோ லூயிஸ் 12 ஆண்டுகளில் 25 முறைகள் சாம்பியன் பட்டத்தை வென்றுள்ளான். அடுத்த 20 ஆண்டுகளில் மீண்டும் குத்துச்சண்டை களம் சமூக போராட்டத்தின் உந்து சக்தியாக மாறுகிறது. அந்த உந்து சக்தியின் முகமாக முகமது அலி இருந்தார்.

சமூகம் படைத்த முகமது அலி

1950-60ம் ஆண்டுகளில் அமெரிக்காவில் கருப்பின மக்களின் விடுதலை போராட்டம் சூடுபிடித்துக் கொண்டிருந்தது. பல இடங்களில் கருப்பின மக்களின் போராட்டம் தீ ஜுவாலைகளாகவும் சில இடங்களில் கனன்று கொண்டும் இருந்தது. இந்த சூழலில்தான் 1942-ம் ஆண்டு அமெரிக்காவின் கென்டகி மாகாணத்தில் லூயிஸ்வில்லி என்ற இடத்தில் முகமது அலி பிறந்தார். அவரது இயற்பெயர் கேசியஸ் கிளே ஜூனியர். முகமது அலியின் தாத்தா, ஹெர்மன் அடிமை சட்டத்தை ஒழித்திட பாடுபட்டவரின் நினைவாக தன் மகனுக்கு கேசியஸ் மார்செல்ஸ் கிளே என்று பெயர் வைத்தார். அதனால், முகமது அலிக்கு கேசியஸ் மார்செல்ஸ் கிளே ஜூனியர்என்பது இயற்பெயர் ஆனது. குடும்பம் அவனுக்கு கேசியஸ் கிளே என்று பெயரிட்டாலும் சமூகம் அவனை முகமது அலியாக மாற்றியது.

"எனது மனதால் ஒரு கருத்தை உருவாக்கி கொள்ள முடியும்போது, எனது இதயத்தால் அதை நம்பமுடியும் போது ஏன் அதை என்னால் செய்ய முடியாது" என்ற வினாவை எழுப்பி கேசியஸ் கிளே விடை தேடினார்; அசாத்தியங்களை சாத்தியமாக்குவதற்கான முயற்சிகளில் ஈடுபட்டார்; இளம் வயதிலேயே குத்துச்சண்டை களத்தை தேர்வுசெய்தார். குத்துச்சண்டை வளையத்துக்குள் எந்த அளவிற்கு கேசியஸ் கிளேயின் செயல் இருக்குமோ அந்த அளவிற்கு அவரது வாயும் இருந்தது.

பிரபல குத்துச்சண்டை வீரர் ஜோ லூயிஸ் "அரங்கில் எனது செயல் பேசும்; வெளியில் எனது மேலாளர் பேசுவார்" என்று இருந்தார். ஆனால் கேசியஸ் கிளே இரண்டையும் செய்தார்.

“சத்தம் போட்டு பேச கத்தி கூச்சல் போட எனக்கு தெரியாவிட்டால், அடுத்த வாரம் நான் எனது சொந்த ஊரில் ஜன்னல் துடைத்துக் கொண்டு, மற்றவர்களுக்கு தலையாட்டிக் கொண்டிருப்பேன்“ என்று நிலைமையை விவரித்தார். இதனால் இவருக்கு அவசரக்குடுக்கை, வலிமையான வாய் என்ற பட்டப்பெயர்கள் இருந்தாலும், `லூயிஸ்வில்லி வாயன்‘ என்ற பட்டப்பெயர் மிகவும் பிரபலமாக இருந்தது.

தனது பள்ளிப் பருவ காலத்தில், தொழில்முறை குத்துச்சண்டைக்கு வருவதற்கு முன்னால் தேசிய தங்ககையுறை பதக்கத்தையும், இருமுறை தேசிய அமெச்சூர் அத்லெடிக் யூனியன் பட்டத்தையும் வென்றுள்ளார். இக்கால கட்டத்தில் நடைபெற்ற போட்டிகளில் 100-ல் கலந்து கொண்டு 92-ல் வெற்றி பெற்றார். ரோம் நகரில் நடைபெற்ற கோடை கால ஒலிம்பிக் போட்டியில், குத்துச்சண்டை பிரிவில், ஐக்கிய அமெரிக்க குடியரசு சார்பில் பங்கேற்ற கேசியஸ் கிளே, முதன்முதலாக தங்கப்பதக்கத்தை தட்டிச் சென்றார். அவருக்கு அப்போது வயது 18. ரோமிலிருந்து உற்சாகத்துடன் திரும்பி வந்த அவர், தன் கழுத்தில் அணிவிக்கப்பட்ட தங்கப்பதக்கத்தை கழற்றாமலேயே விமான நிலையத்தில் இறங்கி பத்திரிக்கையாளர்களுக்கு பேட்டி கொடுத்தார்.

- அமெரிக்காவிற்காக தங்கம் வெல்வதே என் குறிக்கோள்
- ரஷ்யனைத் தோற்கடித்தேன்
- போலந்துகாரனைத் தோற்கடித்தேன்
- அமெரிக்காவிற்காக தங்கப் பதக்கம் வென்றேன்
- நீ பழைய கேசியசை விட சிறந்தவன்

என்று கிரேக்கர்கள் கூறினார்கள்.

என அமெரிக்க தேசம் முன் தனது வெற்றியை ஒப்படைத்தார். கருப்பின மக்களுக்கு கூடுதல் மகிழ்ச்சியாக இருந்தது. அவர் அமெரிக்க குடிமகனாக இருந்தாலும், தேசத்திற்காக பதக்கம் பெற்றாலும் நிறவெறி அவரை நிலைகுலையச் செய்தது.

கேசியஸ் கிளே தன் கழுத்தில் போடப்பட்ட பதக்கத்தை கழற்றவே இல்லை. தூங்கும்போது, தெருவில் நடக்கும்போது, தேநீர் அருந்தும் போது எப்போதும் பதக்கத்துடனேயே பயணித்தார் என சக ஒலிம்பிக் வீரர் ஷல்மா ருடோல்ப் கூறுகிறார். ஒரு வாரம் கழித்து லூயிஸ்வில்லியில் உள்ள ஒரு உணவு விடுதிக்கு ‘சீஸ்பர்கர்’

சாப்பிட கேசியஸ் கிளே செல்கின்றார். அங்கே அவரை உள்ளே விட மறுக்கிறார்கள்; உனக்கெல்லாம் உணவு பரிமாற முடியாது என்று விரட்டி அடிக்காத குறையாக திருப்பி அனுப்புகிறார்கள்.

கேசியஸ் கிளேவுக்கு அடக்க முடியாத கோபம் கொப்பளித்தது. அது உணவு விடுதியின் மீது அல்ல.. அமெரிக்க சமூகத்தில் நிலைகொண்டிருந்த நிறவெறியின் மீது. எந்த தேசத்திற்காக பதக்கம் வென்றேன் என பெருமைப்பட்டாரோ, அந்த தேசத்திலேயே அவமானப் படுத்தப்பட்டார். அடுத்த வினாடியே கழுத்தில் தொங்கிய பதக்கத்தை கழற்றி, ஒ`ஹியோ ஆற்றில் வீசினார். கேசியஸ் கிளேவிற்கு அனைத்தும் கேள்விக் குறியாக மாறியது.

தேசத்திற்கான போட்டி என்பதிலிருந்து தொழில்முறை குத்துச்சண்டை போட்டிக்கு மாறினார். மறுபுறம் மால்கம் எக்சும், 'இஸ்லாமிய தேசம்' என்ற இஸ்லாமிய மதப்பிரிவும் கேசியஸ் கிளே-வை கவர்ந்தது. அதே நேரத்தில் மால்கம் எக்சையும் கலகக்கார கேசியஸ் கிளே கவர்ந்தார். 1964-ம் ஆண்டு மியாமி கடற்கரையில் உலக சாம்பியன் சன்னி லிஸ்டனை தோற்கடித்தவுடன் கேசியஸ் கிளே பெரும் புகழ்பெற்றார். போட்டிக்கு முன் மால்கம் எக்ஸ் கூறினார். "கிளே வெல்வான். நான் பார்த்த சிறந்த கருப்பின வீரன்" என்றார். கிளேயின் பயிற்சியாளர், "கேசியஸ் கிளே தலைமுறை வீரர்களை தனது குத்துச்சண்டையால் தரைமட்டமாக்கிவிடுவான்" என்றார். கிளாசியஸ் கிளேவோ மற்றவர்கள் அவரை புகழ்ந்து பேசுவதை ஆமோதிப்பதைப் போல, "நான் மிகவும் வேகமானவன். படுக்கையறையில் எரிந்து கொண்டிருக்கும் விளக்கின் சுவிட்சை ஆஃப் செய்துவிட்டு, அந்த விளக்கு அணையுமுன் படுக்கையில் இருப்பேன்" என தன் வேகத்தின் மீதுள்ள அசைக்க முடியாத நம்பிக்கையை வெளிப்படுத்தினார்.

சன்னி லிஸ்டனை சாய்த்த பிறகு, அவரது வெற்றி கொடிகட்டி பறந்தது. அப்போது அவர், "தான் இஸ்லாமிய தேசம் என்ற மதப்பிரிவில் சேர்ந்ததாக" அறிவித்தார். எலிசா முகமது, கேசியஸ் கிளே என்ற பெயரை 'முகமது அலி' என்று மாற்றினார். முகமது அலியின் இந்த செயல் கருப்பின இளைஞர்களுக்கு எழுச்சியூட்டியது; வெள்ளை நிறவெறியர்கள் சீறினர். கிறிஸ்துவ மதம் வெள்ளை நிறவெறியை ஊக்குவிக்கும் மதம் என கிளே நம்பினார். எனவே இந்த மாற்றம் அவனுக்கு தேவைப்பட்டதாக

அறிவித்தார். மதம், சமூக ஒடுக்குமுறைகளுக்கு முடிவு கட்டியதாக வரலாறு இல்லை என்றாலும், மதத்தை சுரண்டும் வர்க்கம் தனது சுரண்டலுக்கு பயன்படுத்தி கொண்டிருக்கிறது என்ற நிலைமை நீடித்ததாலும், கேசியஸ் கிளே வாழ்ந்த சூழல் எதிர்ப்பின் அடையாளமாகவே இஸ்லாமிய தேசம் என்ற மதப்பிரிவை அவர் பார்த்தார்.

பெயரை மாற்றியதும், மதம் மாறியதும் வெள்ளை நிறவெறியர்களுக்கு ஒரு அடியாக இருந்தது. இந்த மாற்றத்தால் முகமது அலி மீது தொடுக்கப்பட்ட தாக்குதல்களை விவரிக்க வார்த்தையே கிடையாது. முகமது அலி வெள்ளை நிறவெறியர் மற்றும் விளையாட்டு வீரர்கள் மத்தியில் மட்டும் தாக்குதலை சந்திக்கவில்லை. சிவில் உரிமை அமைப்புகளும் இவருக்கு எதிராக தாக்குதல்களை தொடுத்தன. முகமது அலி இதற்கெல்லாம் அமைதியாக பதில் கொடுத்தார். இந்த மாற்றம் அரசியல் அல்ல. முழுமையான மதமார்க்கத்தை மட்டுமே மாற்றிக் கொண்டேன் என்று கூறினார். எனினும் நியூயார்க் டைம்ஸ் பத்திரிக்கை உட்பட பல பிரபலமான பத்திரிக்கைகள் பெயர் மாற்றத்தை குறிப்பிடாமல் பல ஆண்டுகள் தொடர்ந்து கேசியஸ் கிளே என்றுதான் எழுதினார்கள். இது முகமது அலிக்கு கோபத்தை உருவாக்கியது.

1964-ம் ஆண்டு முழுவதும் அமெரிக்காவின் கருப்பின மக்கள் சம உரிமைக்காக போராடினார்கள். இதனால் பல ஆயிரம் சிவில் உரிமை போராளிகள் கைதாகினர். அமெரிக்காவின் தெற்கு முதல் வடக்கு வரை இந்த போராட்டம் நடந்தது. வெள்ளை நிறவெறி அமைப்பு 'குகிளக்ஸ்' 30-கட்டிடங்களை குண்டுவைத்து தகர்த்தது. 36-தேவாலயங்களை தீக்கிரையாக்கியது. கருப்பின இளைஞர்களும் வடக்கு பகுதி சேரிகளில் கொதித்தெழுந்தனர். முதன்முதலாக நகர்ப்புற எழுச்சி அமெரிக்காவில் நிகழ்ந்தது.

வா அமெரிக்காவே! வா!

இந்த பின்னணியில்தான் முகமது அலி என்ற பெயர் மாற்றத்திற்கு பிறகு நடக்கும் ஒவ்வொரு குத்துச்சண்டை போட்டியும், கருப்பின மக்களின் எழுச்சிக்கும் அதை ஒடுக்க நினைப்பவர்களுக்கும் இடையேயான போட்டி தளத்திலேயே நடக்க ஆரம்பித்தது. பிளைவுட் பேட்டர்சன் என்பவர் கருப்பின குத்துச்சண்டை வீரர். முன்னாள் உலக சாம்பியனான இவர், வெள்ளை நிறவெறி விசுவாசத்துடன் முகமது அலியை போட்டிக்கு

அழைத்தார். இது "ஒரு கருப்பு முஸ்லிமிடமிருந்து பட்டத்தை வெல்லும் புனிதப்போர். நான் ஒரு கத்தோலிக்கன் என்ற வகையில் கிளேயுடன் மோதுவது தேசபக்த கடமை. நான் அமெரிக்க கிரீடத்தை மீட்டுக்கொண்டு வருவேன்" என சபதம் எடுத்து, அமெரிக்க கொடியை தனது உடலில் இறுக்கமாக கட்டிக் கொண்டு போட்டிக் களத்திற்கு வந்தார். 1965-ம் ஆண்டு நவம்பர் 22 அன்று போட்டி நடைபெற்றது. முகமது அலி, ஒன்பதாவது சுற்றில் பிளைவுட் பாட்டர்சனை அடித்து நொறுக்கினார். பேட்டர்சனை கீழே தள்ளி

வா அமெரிக்காவே! வா!
வா வெள்ளை அமெரிக்காவே! வா!

என்று கர்ஜித்தார். பாட்டர்சன், முகமது அலி என்று அழைக்காமல் கிளே என்றே அழைத்து வந்தார் என்பது குறிப்பிடத்தக்கது. 1967-ல் எர்னி டெரல் என்பவருடன் இதே பின்னணியில் போட்டி நடைபெற்றது. அவரும் முகமது அலி என அழைக்கமாட்டேன்; கிளே என்று தான் அழைப்பேன் என்றார். அவரையும் போட்டி மேடையிலிருந்து வீழ்த்தி வளையத்துக்கு வெளியே தள்ளி

என் பெயர் என்ன?
என் பெயர் "கிளே" யா?
முட்டாள், என் பெயர் என்ன?

என்று தனது பெயர் மாற்றத்தை அங்கீகரிக்காததை எதிர்த்து வினையாற்றினார். முகமது அலி குத்துச்சண்டை வளையத்துக்குள் பட்டம் வெல்வதை மட்டுமல்ல... கருப்பின மக்களின் சம உரிமைக்கான போராட்டக்களமாகவும் மாற்றினர். நிறவெறி நெருப்பில் நீந்தி கருப்பின மக்களின் கருத்துச் சுதந்திரத்திற்கு வழிவகுத்தார். முகமது அலியின் வெற்றி, கருப்பின மக்கள் பயமின்றி சமஉரிமை போராட்டத்தை முன்னெடுத்துச் செல்ல உதவியது. முகமது அலியின் போட்டியை கண்ணுற்ற பெரும்பாலான கருப்பின அமெரிக்கர்கள் பயத்தை எளிதாக வெற்றி கொண்டனர். முகமது அலி அவர் வழியில் மக்களை தைரியப்படுத்தினார் என்று செய்தி தொகுப்பாளர் பிரையன்ட் கம்பள் நினைவு கூர்ந்தார்.

என்னை நீக்ரோ என்று எந்த வியட்நாமியரும் அழைக்கவில்லை

1966-ம் ஆண்டு அமெரிக்க இராணுவம் முகமது அலியை அழைத்து இராணுவத்தில் சேர உத்தரவிட்டது. அமெரிக்காவில்

இராணுவ சேவை சட்டப்பூர்வமானது. எனவே, படையில் சேர்ந்து வியட்நாம் சென்று சண்டையிட அழைத்தது. அப்போது அதை மறுத்த அவரது வார்த்தைகள்...

"எனக்கு வியட்நாமியர்களுடன் எந்த விரோதமும் இல்லை. என்னை நீக்ரோ என்று எந்த வியட்நாமியரும் அழைக்கவில்லை"

என்று பத்திரிக்கையாளர் சூழ, இராணுவத்தினரிடம் தெரிவித்தார். இது இராணுவத்தினருக்கு அதிர்ச்சியூட்டியது. அப்போது அமெரிக்காவில் யுத்த எதிர்ப்பு இயக்கம் நடைபெற்று கொண்டிருந்தது. "வியட்நாமிலிருந்து அமெரிக்காவே வெளியேறு" இயக்கம் வேகம் பிடித்திருந்த காலம். இந்த இயக்கம் இப்போது முகமது அலியின் இந்த வார்த்தைக்கு பின்னால் அணி வகுத்தது. யுத்த எதிர்ப்பு சமாதான செயற்பாட்டாளர் டானியல் பெரிகன்) அலியின் இந்த முடிவு வெள்ளையர் மத்தியில் உருவான போர் எதிர்ப்பு இயக்கத்திற்கு உந்து சக்தியாக அமைந்தது என்று கூறினார். முகமது அலி மன்னிப்பு கேட்க, கையெழுத்துபோட, பணிந்துவிட வேண்டும் என பலர் கூறினர். ஆளும் நிறுவனங்கள் முகமது அலியை படுமோசமான தேச விரோதியாக சித்தரித்தன. முகமது அலி மண்டியிட மறுத்துவிட்டார். ஒரு குத்துச்சண்டை வீரனின் ஒற்றைவரி கருப்பின மக்களின் எழுச்சியையும், யுத்த எதிர்ப்பு இயக்கத்தையும் வீறு கொள்ளச் செய்தது. குத்துச்சண்டை வளையத்துக்குள் மட்டுமல்ல... அரசியல் களத்திலும் உறுதியான நிலை எடுத்தார். ஒரு கட்டத்தில் அவர் மன்னிப்பு கேட்டு படையில் சேர்வார் என வதந்தி கிளம்பியது. உடனே பத்திரிக்கையாளரை சந்தித்தார்.

"நான் சொல்வதை கேளுங்கள், வியட்நாம் யுத்தம் எவ்வளவு நாள் நடக்கும் என்பது பிரச்சனை அல்ல. நான் வியட்நாமியர்களுடன் என்றும் சண்டையிட மாட்டேன் என்ற பாடலை மீண்டும் மீண்டும் பாடிக் கொண்டே இருப்பேன்'' என்று உறுதிபடக் கூறினார்.

அக்காலத்தில் கருப்பின மக்கள் மார்டின் லூதர் கிங் வழி நடத்திய சமஉரிமைக்கான பெரும் போராட்டத்தில் இருந்தனர். சமஉரிமை கோரி போராட்டம் நடத்திய மார்டின் லூதர் கிங் போரையும் எதிர்க்க துவங்கினார். "முகமது அலி சொல்வது போல நாம் எல்லாம் கருப்பு, பழுப்பு நிறத்தவர்கள். ஏழைகள். ஒடுக்குமுறை அமைப்பால் வஞ்சிக்கப் பட்டவர்கள்" என்று அறைகூவல் விடுத்தார்.

அலியின் சொந்த ஊரான லூயிஸ் வில்லியில் நடைபெற்ற கருப்பின மக்களின் போராட்டத்தின்போது மார்ட்டின் லூதர் கிங்-உடன் அலி கலந்து கொண்டார். அப்போது “சுதந்திரம், நீதி, சமத்துவம் கேட்டு நடக்கும் போராட்டத்தில் உங்களோடு நானும் இருக்கிறேன். எனது சொந்த மக்கள், என்னோடு வளர்ந்தவர்கள், என்னோடு படித்தவர்கள், எனது உறவினர்கள் சுதந்திரம், நீதி, குடியிருப்பு சமஉரிமை கேட்பதற்காக, தாக்கப்படுவதை, தெருக்களில் விரட்டப்படுவதை வேடிக்கைப் பார்த்து கொண்டு நான் சும்மா இருக்க முடியாது” என்றார்.

அடுத்த நாள் அங்கு பத்திரிகையாளர்கள் குவிந்து வியட்நாம் யுத்தம் பற்றி கேள்வி கேட்டனர். வெகுண்டெழுந்தார் முகமதுஅலி. “எனது சொந்த ஊரில் கருப்பின மக்களை நீக்ரோ என அழைத்து, சாதாரண மனித உரிமை கூட மறுக்கப்பட்டு, நாய் போல் நடத்தப்படும் போது, நான் சீருடை அணிந்து, 10,000 மைல்கள் கடந்து, பழுப்புநிற வியட்நாமியரை, குண்டுவீசி, துப்பாக்கியால் சுட்டு, ஏன் கொல்ல வேண்டும்?'' என்று கேள்வி எழுப்பினார். ''வெள்ளைநிற எஜமானர்கள், வெள்ளைநிறம் அல்லாத மற்றொரு எளிய நாட்டை அடிமையாக்கி இருள்படர்ந்த ஆதிக்கம் உருவாக நான் 10,000 மைல் கடந்து போக மாட்டேன்'' என்றார். ''இந்த தீமைகள் விரைவில் முடிவுக்கு வரவேண்டும். இப்படி ஒரு நிலை எடுப்பதால் எனக்கு கோடி டாலர் இழப்பு ஏற்படும் என்றார்கள். நான் மீண்டும் சொல்வேன். இங்குதான் என் மக்களின் உண்மையான எதிரிகள் இருக்கின்றனர். சுதந்திரம், நீதி, சமத்துவம் கேட்டு போராடும் எம்மக்களை அடிமைப்படுத்தும் ஒரு கருவியாக்கி என் மக்களை, என் மதத்தை, என்னை இழிவுபடுத்திக் கொள்ள மாட்டேன்“ என்று பத்திரிகையாளர்கள் எழுப்பிய கேள்விகளை ‘நாக்அவுட்’ ஆக்கினார்.

1967-ம் ஆண்டு ஜூன் 19-ம் தேதி கீழை நீதிமன்றம் முகமது அலி குற்றவாளி என்று தீர்ப்பளித்தது. படையில் சேர மறுத்ததற்காக 5 ஆண்டு சிறைத்தண்டனை; கடவுச்சீட்டு முடக்கப்பட வேண்டும் என்று அறிவித்தது. அவரது சாம்பியன் பட்டம் பறிக்கப்பட்டது. மூன்றரை ஆண்டுகள் அவர் குத்துச்சண்டையில் கலந்து கொள்ள முடியவில்லை. முகமது அலி மேல்முறையீடு செய்தார். 1968-ம் ஆண்டு முழுவதும் 200-க்கும் மேற்பட்ட பல்கலைக்கழகங்களில் மாணவர்களிடையே உரையாற்றி இருக்கிறார். அந்த உரைகளில் இதோ இரத்தின வரிகள்:

“நான் வியட்நாமுக்கு செல்லாததால் நிறைய இழந்து விட்டேன் என்று கூறுபவர்களுக்கு ஒன்று சொல்வேன். எனக்கு மன நிம்மதி உள்ளது. எனது மனசாட்சிக்கு விலங்கு பூட்டப்படவில்லை. நான் தெளிவாக உள்ளேன். மகிழ்ச்சியுடன் தூங்கி எழுகிறேன். எனது முடிவில் நான் பெருமை கொள்கிறேன். என்னை சிறைக்கு அனுப்பினாலும் மகிழ்ச்சியுடன் சிறை செல்வேன்“

என தனது முடிவின் நியாயத்தை தீர்க்கமாக எடுத்துரைத்தார். இக்காலத்தில் முகமது அலியின் பேச்சுக்கள் அமெரிக்க கொள்கைக்கு எதிராகவும், யுத்தத்திற்கு எதிராகவும், இன, நிறவெறிக்கு எதிராகவும் அமைந்திருந்தது. உள்நாட்டில் மட்டுமல்ல வெளிநாட்டிலும் ஏராளமான இளைஞர்களை அலியின் பேச்சு ஆகர்ஷித்தது.

‘நான்’ என்றால் நிரந்தரமாக காயப்படுத்துபவன்

1970-ம் ஆண்டு ஐக்கிய அமெரிக்க நாடுகளின் உச்ச நீதிமன்றம் கருப்பின மக்கள் நலன், உயர்வுக்காக என காரணம் சொல்லி முகமது அலியை விடுதலை செய்தது. மூன்றரை ஆண்டுகளுக்கு பிறகு முகமது அலி மீண்டும் குத்துச்சண்டை வளையத்திற்குள் வந்தார். 1971-ம் ஆண்டு மேடிசானில் ‘நூற்றாண்டின் சண்டை’ என்ற பெயரில் நடைபெற்ற போட்டியில் ஜோ-பிரேசியரிடம் தோல்வி அடைந்தார் முகமது அலி. போட்டி கடுமையாக இருந்தது. 15 வது சுற்றில் பிரேசியர் வென்றார். இருவரையும் சிகிச்சைக்கு அனுப்பும் அளவிற்கு காயம் அடைந்தனர். 1973-ம் ஆண்டு கென்னூர்ட்டனிடம் தோற்றார். மீண்டும் அவருடனே மோதி பட்டத்தை வென்றார். பிறகு மற்றொரு போட்டியில் தன்னை தோற்கடித்த ஜோ-பிரேசியரை தோற்கடித்து வெற்றி கண்டார் முகமது அலி.

1974-ம் ஆண்டு ஆப்பிரிக்காவின் நைஜர் நாட்டில் மீண்டும் ஒரு பெரும் போட்டி. ‘காடுகளின் கர்ஜனை’ என வர்ணிக்கப்பட்ட இந்த போட்டியை நைஜர் நாட்டின் அதிபர் ஏற்பாடு செய்திருந்தார். ஜார்ஜ் போர்மன் என்ற மற்றொரு கருப்பின அமெரிக்க குத்துச்சண்டை வீரன் பங்கேற்றான். அவன் வலிமையானவன். அவனை அலியால் வீழ்த்த முடியாது என நினைத்தனர். கருப்பின மக்கள் பெருங்கூட்ட ஆரவாரங்களுக்கிடையே முகமது அலி, ஜார்ஜ் போர்மனை வீழ்த்தி மீண்டும் பட்டம் வென்றார். அதுவரை

இல்லாத புதிய யுக்தியை கடைபிடித்து இந்த வெற்றியை ஈட்டினார். வழக்கம் போல் போட்டிக்கு முன்பு முகமது அலி கர்ஜித்தார். அந்த கர்ஜனையின் சிலவரிகளை நினைவு கூர்வது அவரது நம்பிக்கைக்கு எடுத்துக்காட்டாக அமையும். இதோ...

ஜார்ஜ் நினைக்கிறான்
வெல்வேன் என்று!
எனக்குத் தெரியும்
அவனால் முடியாது!
நான்
முதலையையும் சிலுவையில் அறைவேன்!
திமிங்கலத்துடன் மோதி வீழ்த்துவேன்!
கடந்த வாரம்
நான்,
ஒரு பாறையை படுகொலை செய்தேன்
கல்லை காயப்படுத்தினேன்
செங்கல்லை மருத்துவமனைக்கு அனுப்பினேன்
'நான்' என்றால்
நிரந்தரமாக காயப்படுத்துபவன்.

தனக்கான உறுதியை நிலை நிறுத்த மட்டுமல்ல. எதிரியினை பலவீனப்படுத்தவும் செய்கிறார் அலி.

1981-ம் ஆண்டு டிசம்பர் 11-ம் தேதி, தனது 39-வது வயதில் குத்துச்சண்டை போட்டியிலிருந்து தனது ஓய்வை அறிவித்தார் அலி. தனது தொழில்முறை குத்துச்சண்டை போட்டியின் 21 ஆண்டு வாழ்க்கையில் 61 போட்டிகளில் 56-ல் வெற்றியும், 5-ல் தோல்வியும் தழுவி உள்ளார். இதில் 37 போட்டியில் நாக்அவுட் முறையில் வெற்றி பெற்றுள்ளார். மூன்று முறை உலக சாம்பியன் பட்டத்தை பெற்றுள்ளார். அரசு, நிறவெறி என பல்முனை தாக்குதலுக்கு மத்தியில் அலி தனது வெற்றிப் பயணத்தை நடத்தினார்.

1984-ல் அவரை பார்கின்சன் நோய் தாக்கி முடமாக்கியது. அமெரிக்க ஆளும் வர்க்கம் அந்த மாபெரும் கலகக்காரனை தன்னுடன் இணைக்க வேண்டிய தேவை ஏற்பட்டது. 1996-ஆம் ஆண்டு அட்லான்டா ஒலிம்பிக் சுடரை தனது நடுங்கும் கரங்களால் முகமது அலி ஏற்றி வைத்தார். 1990-ல் அப்போதைய ஈராக் அதிபர் சதாம் உசேனை சந்தித்து அமெரிக்க பிணைய கைதிகளை மீட்டு வந்தார். ஆப்கன் போர் பற்றிய ஹாலிவுட் விளம்பர படத்தில்

நடிக்க வைத்தனர். 20-ம் நூற்றாண்டின் சிறந்த விளையாட்டு வீரர் மட்டுமல்ல. 1964-ல் தனது வெற்றியாலும், அடுத்தடுத்த ஆண்டுகளில் தனது அரசியல் நிலைபாட்டாலும் உலகின் அதிக பத்திரிக்கைகளின் அட்டைப்படத்தை அலங்கரித்தவர் முகமது அலி.

நிறைவேறாத ரசிகர்களின் ஏக்கம்

குத்துச்சண்டை ரசிகர்களுக்கு நிறைவேறாத ஆசை ஒன்று இருந்தது. முகமது அலியின் சமகாலத்தில் வாழ்ந்த கியூபாவின் சிறந்த குத்துச்சண்டை வீரன் எபிலொ ஸ்டீவன்சன் இவர் மூன்று முறை 1972 மூனிச், 1976 மான்ட்ரில், 1980 மாஸ்கோ ஒலிம்பிக் போட்டியில் தங்கப்பதக்கம் வென்றவர். அலிக்கு நிகரான பட்டம் பெற்றாலும், பொது தளத்தில் புகழ்பெற்றவர் அல்ல. காரணம் அவர் தொழில்முறை குத்துச்சண்டை போட்டியில் கலந்து கொள்ளவில்லை. கலந்து கொள்ள மறுத்துவிட்டார். விளையாட்டை தனிநபர் லாபத்திற்கு பயன்படுத்தக் கூடாது என்ற அவரது சோசலிச கோட்பாட்டில் உறுதியாக இருந்தார். தொழில்முறை போட்டியில் கலந்து கொண்டால் கியூபா குடியுரிமையுடன் இருக்க முடியாது. “8-மில்லியன் கியூபா மக்களின் அன்பிற்கு முன்னால் ஒரு மில்லியன் டாலர் எம்மாத்திரம்” என்று ஸ்டீவன்சன் பேசினார். கியூபாவின் ஸ்டீவன்சன் மட்டுமல்ல. மற்றொரு முக்கிய வீரர் பெலிக்ஸ் சாவன் என்பவரும் மூன்று முறை ஒலிம்பிக் போட்டியில் உலக சாம்பியன் பட்டம் வென்றவர். இவரையும் பல கோடி டாலர் கொடுத்து கியூபாவை விட்டு வெளியேறி, மைக் டைசனுடன் போட்டிக்கு அழைத்தனர். பெலிக்ஸ் சாவன் உறுதியாக மறுத்துவிட்டார். கியூபா குத்துச்சண்டை போட்டியில் ஆதிக்கம் செலுத்திய காலத்தில் இப்போட்டி நடைபெறவில்லை என்ற ஏக்கம் பல ரசிகர்களிடம் இருந்தது.

வீரன் மட்டுமல்ல போராளி

அமெரிக்காவில் கருப்பின மக்களின் சமஉரிமை போராட்டத்துடன் இணைந்துதான் குத்துச்சண்டை மேடையும் இருந்தது. உணவு விடுதிகளில், தேவாலயங்களில், பேருந்து போன்ற பொது இடங்களில் இன ஒதுக்கல் கடைபிடிக்கப்பட்டதுபோல் குத்துச்சண்டையில் இதை அமலாக்க முடியவில்லை. குறிப்பாக தொழில்முறை குத்துச்சண்டையில் பணம் அடிப்படையாக அமைந்ததால் நெகிழ்வுத்தன்மை இருந்தது. அதிக மக்களும், பெருந்தொகையும் இவ்விளையாட்டில் இருந்ததால் வெற்றி

பெறுவோர் மக்களிடம் புகழ்பெற்றனர். கருப்பின விளையாட்டு வீரர்கள் வெற்றி பெற்ற போதெல்லாம் கருப்பின மக்கள் பெருமிதம், எழுச்சி கொண்டனர். துணிச்சல் பெற்றனர். இது அவர்களின் சமஉரிமை போராட்டத்தினை வேகப்படுத்தியது. ஜாக் ஜான்சன், ஜோ லூயிஸ் வெற்றி பரந்துபட்ட கருப்பின மக்களை ஒற்றுமைப் படுத்தியது. முகமதுஅலி மேற்கண்ட இருவரிலிருந்தும் மாறுபட்ட முறையில் அதிக முக்கியத்துவம் பெறுகிறார். குத்துச்சண்டை போட்டியில் இவர்கள் சாதனைகள் சற்றேறக்குறைய ஒரே தளத்தில் இருந்தாலும், முகமதுஅலி சமூகதளத்தில் தெளிவான உறுதியான நிலைப்பாட்டுடன் செயல்பட்டார். ஜாக் ஜான்சனும், ஜோ லூயிஸ் வெற்றியிலும் கருப்பின மக்கள் திரண்டனர். இவை மேற்கண்ட இருவருக்கும் புறத்தே நடைபெற்றது. இவ்விருவரின் நேரடி பங்கு அதிகம் இருக்கவில்லை.

முகமதுஅலி அமெரிக்க அரசின் கொள்கைகளை கேள்விக்கு உள்ளாக்கினார். கருப்பின மக்களின் போராட்டங்களில் நேரடியாக பங்குபெற்றார். குத்துச்சண்டை போட்டிகளில் கலந்துகொள்ள தடை செய்யப்பட்ட காலத்தில் கருப்பின மக்களின் சமஉரிமை வலியுறுத்தி 200-க்கும் மேற்பட்ட உரைகளை நிகழ்த்தி உள்ளார். தன் உணர்விலிருந்து அவர் வியட்நாம் போரை எதிர்க்கவில்லை. அமெரிக்காவில் நிறவெறி கடைபிடிக்கும் அரசின் அநீதிக்கும், வியட்நாமில் அம்மக்களுக்கு எதிராக ஏகாதிபத்தியம் இழைக்கும் அநீதிக்கும் தொடர்புபடுத்தி, ஒருகோட்பாடு ரீதியாகவே யுத்த எதிர்ப்பை கடைபிடித்தார். முகமதுஅலி, வியட்நாமுக்கு சண்டையிட செல்லமாட்டேன் என்றது, வியட்நாம் போரை எதிர்த்து பேசியது; அமெரிக்காவில் இருவித தாக்கத்தை ஏற்படுத்தியது. சமஉரிமை போராட்டகளத்தில் இருந்த கருப்பின மக்களை யுத்தஎதிர்ப்பு நோக்கி ஈர்த்தது. யுத்தஎதிர்ப்பில் மட்டும் இருந்தவர்களை சமஉரிமை போராட்டத்தை நோக்கி ஈர்த்தது. இவ்விரண்டிற்குமான இணைப்பை பலப்படுத்தி, வேகப்படுத்தினார் முகமதுஅலி.

சமுதாயத்தில் பிரபலமானவர்கள் அரசின் கொள்கையில் மாறுபடுகிறபோது அதை துணிச்சலாக தடுக்க முன்வருவது இல்லை. பல நேரங்களில் பொதுமக்கள் விரும்புவதாக தங்களது கருத்துக்களை பதிவு செய்வார்கள். தவறானதை தடுக்க வேண்டியது தங்களது கடமை என்பதை மறந்து விடுவார்கள். ஆனால் முகமது அலி இதிலிருந்து மாறுபட்டு தனது கடமை என்ற முறையில் பல இழப்புகளை சந்தித்து சமூக தளத்தில் எதிர் நீச்சலடித்தார். அரசின்

தவறான கொள்கைகளை, கண்முன் நடக்கும் கொடுமைகளை எதிர்க்கத் துணிந்தவர்களுக்கு ஒரு உந்து சக்தியாக, அச்சம் போக்கும் அவதாரமாக நிஜ வாழ்வில் இருந்தார்.

அமெரிக்காவை பொறுத்தவரையில், விளையாட்டு வீரர்கள் “அமெரிக்க கொடிக்கு வணக்கம் செலுத்துவது, படைவீரர்களை ஆதரிப்பது, யுத்தங்களை நியாயப்படுத்தி பிரச்சாரம் செய்வது” மட்டுமே அவர்களது இதர நடவடிக்கையாக இருக்கவேண்டும் என விரும்புகிறது. 2003-ம் ஆண்டு கூடைப்பந்து வீராங்கனை டோமி ஸ்மித், ஈராக் யுத்தத்திற்கு எதிராக கருத்துக்களை வெளிப்படுத்த, தேசிய கொடியை அவமதித்ததாக கடுமையான முறையில் தண்டிக்கப்பட்டார். இதே போன்று ஜோஸ் ஹர்டுவேர்ட் என்ற கூடைப்பந்து வீரன் ஈராக் யுத்தம் எண்ணெய்க்கான யுத்தம் தவிர வேறில்லை என்று கூறியதற்காக கண்டத்திற்கு உள்ளாகினார். இதில் ஸ்மித் கலப்பினம், ஹர்டுவேர்ட் கருப்பினம். முகமதுஅலி தனது கடைசிகாலம் வரை இனவெறிக்கு எதிராக இருந்தார்.

1960-ம் ஆண்டுகளில் இளைஞனாக மட்டுமல்ல, அரசு அடக்கு முறைக்கு எதிரான இளைஞனாக வலம் வந்தார். நானே மகத்தானவன் (I AM THE GREATEST) என்ற வார்த்தை மற்றவர்களை கோபப்படுத்தினாலும், தனக்கான தன்னம்பிக்கையாக அடிக்கடி அதை விதைத்துக் கொண்டார். 60-ம் ஆண்டுகளில் சேகுவேரா உலக இளைஞர்களை ஆகர்ஷித்துக் கொண்டிருந்த சூழலில், முகமதுஅலி அமெரிக்க கருப்பின இளைஞர்களின் களத்திற்கு உரமிட்டுக் கொண்டிருந்தார். அமெரிக்க ஐக்கிய நாட்டில் இன்றும் நிறவெறி மோதல் நீடிக்கிறது. அங்கே மார்ட்டின் லூதர் கிங்கும், மால்கம் எக்சும், முகமதுஅலியும் இன்றும் புதியவடிவில் பரந்ததளத்தில் தேவையாய் இருக்கிறார்கள்.

இன்றைய இந்திய சமூகம் பொருளாதார சுரண்டலால் நசுக்கப்படுகிறது. மதம், சாதி என்ற பெயரால் சமூக கொடுமைகள் உச்சத்தை அடைந்து வருகிறது. ஒற்றுமை குலைக்கப்படுகிறது. நம்பிக்கை அனைத்து தளத்திலும் சிதைக்கப்படுகிறது. அரசின் அவலங்களை தடுப்பது மட்டுமல்ல, கண்ணெதிரே நடைபெறும் கொடுமைகளை தடுக்க முடியாத சமூகம் கட்டியமைக்கப்படுகிறது. இதற்கான போலி காரணங்களை கண்டுபிடித்து நியாயப்படுத்தும் கூட்டங்கள் பெருகி வருகிறது. இழப்பதற்கு எதுவும் இல்லை என்றாலும் எதிர்ப்புக்குரல் எழ மறுக்கிறது. இந்த மௌனம் உடைபட முகமது அலியின் செயல்கள் நமக்கு உதவட்டும்.

2

அடிமை வியாபாரி

1992ம் ஆண்டு அக்டோபர் மாதம் உலகில் மூன்று முக்கிய நிகழ்ச்சிகள் அரங்கேறின. ஐரோப்பிய அமெரிக்க நாடுகள் புதிய உலகம் கண்டுபிடிக்கப்பட்ட 500-வது ஆண்டு தினத்தை கொண்டாடின. மறுபக்கம், கொலம்பஸ் துவக்கிவைத்த கொடுமையால் அழிக்கப்பட்ட அமெரிக்க செவ்விந்தியர்களின் வாரிசுகள் மாபெரும் கொலம்பஸ் எதிர்ப்பு ஆர்ப்பாட்டத்தை நடத்தினார்கள். கொலம்பஸ் கூட்டத்தால் அழிவுக்கு ஆளான மாயா இனத்தின் வழித்தோன்றல் கௌதிமாலாவின் மனித உரிமைப் போராளி மென்சுவிற்கு நோபல் பரிசு அளிக்கப்பட்டது.

கொலம்பஸ் ஒரு வீரனாக, சிறந்த மாலுமியாக, புதிய உலகை கண்டுபிடித்தவனாக மட்டுமே இன்றைய கல்வியில் போதிக்கப்பட்டுள்ளார். ஆனால் அவரின் மறுபக்கத்தை பற்றி கண்டுபிடிப்புகளின் விளைவுகள் பற்றி பல விஷயங்கள் மறைக்கப்படுகிறது அல்லது மாற்றப்படுகிறது.

புதிய உலகா? பேராசையா?

1451-இத்தாலியில் ஜெனோவா நகரில் நெசவுத் தொழிலாளியின் மகனாக பிறந்த கொலம்பஸ், திறமையான மாலுமியாகவும் ஆனார். உலகைப் பற்றி பல கற்பனைகளில்

இருந்தார். ஆசியாவிற்கும் ஐரோப்பாவிற்கும் இடையில் கடல் வழிமட்டுமே இருந்தது என்று கொலம்பஸ் நினைத்தார். ஆசியா என்றால் இந்தியா என்றுதான் கருதினார். அந்தக் கருத்துடன், புவியியல்ஞானி பாப்புலொடாஸ் கெனாலியிடமும், விவரங்களை கேட்டுத் தெரிந்து கொண்டார். இதன் பிறகுதான் தனது பயணத்தை துவக்கும் முயற்சிகளை அவர் மேற்கொண்டார்.

இந்தப் பயணத்திற்காக பணம் திரட்ட அவருக்கு பத்து வருடங்கள் பிடித்தன. முதலில் போர்ச்சுகல் மன்னரை அணுகினார். பிறகு இங்கிலாந்து மன்னரிடம் சென்றார். ஆனால், இரண்டு இடத்திலும் உதவி கிட்டவில்லை. ஸ்பெயின் மன்னர் பெர்டினான்ட், ராணி இசபெல்லா விடம் உதவி கேட்டு மனு செய்தார். மூன்று ஆண்டுகள் கழித்து அவர்கள் உதவிட முன் வந்தார்கள்.. ஸ்பெயின் அரசு உதவியுடன் 1492 – ஆகஸ்ட் மூன்று கப்பல்கள் சாண்டா,பிண்டா,நினா ஆகியவை செவிலி துறைமுகத்தில் இருந்து புறப்பட்டன. இவற்றில் 39 கைதிகளை கொலம்பஸ் அழைத்துச் சென்றார்.

புதிய உலகை கண்டுபிடிப்பதல்ல நோக்கம். புதிய உலகு ஏற்கனவே கண்டுபிடிக்கப்பட்டு இருந்தது. 12 மற்றும் 13-ம் நூற்றாண்டுகளில் நார்வே நாட்டு மாலுமிகள் வடகனடா பகுதியை சென்றடைந்தனர். அவர்கள் ஐஸ்லேண்ட், கிரீன்லாந்து பகுதிகளை கண்டனர். இதைப்பற்றி ஐரோப்பியர்கள் அறிந்திருக்கவில்லை. அங்கு பல இனக்குழுக்கள் கள்ளம் கபடமற்ற முறையில் வாழ்ந்து வந்தனர். அஸ்டாக், இன்கா, மாயா (நோபல் பரிசு பெற்ற மென்சுவான் பரம்பரை) ஆகிய நாகரிகங்கள் இருந்தன. அமெரிக்க கண்டத்தை எகிப்தியர்கள், நூபியர்கள், ஆப்பிரிக்க, அரேபிய வர்த்தகர்களும் கண்டுபிடித்து இருந்தனர். நிலம் மார்க்கமாக தொடர்புகளை வைத்திருந்தனர். வடஅமெரிக்காவில் உள்ள எஸ்கிமோக்கள் தங்கள் மூதாதையர்களை ஆசிய மங்கோலிய இனத்தவராக கருதுகின்றனர். இவை தவிர மார்க்கோபோலோ குறிப்புகளும் உள்ளன. எனவே கொலம்பஸ் கூட்டத்தினர் கூறிய புதிய உலகம் ஏற்கனவே கண்டுபிடிக்கப்பட்டு இருந்தது.

இந்தப் பயணத்தின் நோக்கம் இதோ...

இக்காலத்தில்தான் ஸ்பெயின் ஒரு தேசிய அரசாக உருவாகத் தொடங்கியது. அவர்களுக்கு நிலம் இருந்தது. ஆனால், அவை மட்டும் போதுமானதாக இல்லை. பிரான்ஸ், இங்கிலாந்து,

போர்ச்சுகல் போன்ற நாடுகள் பலம் பெற்றிருந்தன. அவற்றுடன் போட்டியிட ஸ்பெயின் விரும்பியது. எனவே, அதற்கு தங்கம் தேவை. வாசனை திரவியங்கள் தேவை. ஆசியாவில் இவை அதிகம் இருப்பதாக அறிந்தனர். மார்கோபோலோ, ஐரோப்பியர்கள் காணாத பல பொருட்களைப் பற்றி எழுதியிருந்து அவர்களது ஆவலைத் தூண்டியது. ஆசியாவிற்கு, தரை மார்க்கமாக செல்ல வழிஇல்லை. காரணம், துருக்கியர்கள் கான்ஸ்டாண்டிநோபிளையும், கிழக்கு மத்திய தரைக்கடலையும் கைப்பற்றியதால் தரை மார்க்கம் தடைபட்டது. இப்போது ஆப்பிரிக்க தென்முனைவழியாக ஒரு கடல் மார்க்கம் தேவைப்பட்டது. இந்த தேவையிலிருந்துதான் கொலம்பஸ் உந்தித்தள்ளப்பட்டார். இந்த தேவையிலிருந்து தான் புதிய கண்டுபிடிப்புகள் உருவாகத் துவங்கியது.

கொலம்பஸ் சும்மா புறப்படவில்லை; மன்னனுடன் ஒரு ஒப்பந்தத்துடன்தான் புறப்பட்டார். கொண்டுவரும் தங்கம், வாசனை திரவியத்தில் 10 சதவீத பங்கு; புதிய பிரதேசத்தின் ஆளுநர் பொறுப்பு மற்றும் கடற்படை தளபதி பட்டம் ஆகியவற்றை தனக்கு வழங்க வேண்டும் என்ற நிபந்தனையுடன்தான் புறப்பட்டார். 33 நாட்கள் பயணம் செய்து ஆப்பிரிக்க தீவில் ஓய்வு எடுத்துக்கொண்டு மீண்டும் புறப்பட்டார். 1492ல் அக்டோபர் 12ம் தேதி அதிகாலையில் ரோட்ரிக் என்பவர், புதிய பூமியைகண்டு கூச்சலிட்டார். முதலில் கண்டுபிடிப்பவருக்கு பெரும்தொகை மற்றும் ஓய்வுஊதியம் என ஸ்பெயின் அரசு அறிவித்திருந்தது. இதையும் கொலம்பஸ் தட்டிச் சென்றார். இவர்கள் கண்டுபிடித்த தீவுகள் பஹாமா தீவுகளில் ஒன்றான குவானா, ஹனியன் தீவுகளாகும்.

கொலம்பஸ் கூட்டம் இறங்கிய தீவில் 'அரவாக்' மக்கள் கூட்டு வாழ்க்கை நடத்தி வந்தனர். கிழங்கு, மக்காச்சோளம் ஆகியவை உணவு வகைகளாக இருந்தன. பிரம்பாலான ஈட்டியை வைத்திருந்தார்கள். தங்கத்தாலான காதணியை அணிந்திருந்தார்கள். இந்த செவ்விந்தியர்களை கப்பலில் ஏற்றி, தங்கம் இருக்கிற இடத்தை காட்ட வேண்டும் என்று கொலம்பஸ் கட்டாயப்படுத்தினார். மாலுமிகள் காமப்பசியை தீர்க்க பெண்களையும் பிடித்துச் சென்ற கொலம்பஸ் கியூபாவை அடைந்தார். இதைத்தான் ஜப்பான் என்று நினைத்தார். அங்குள்ள செவ்விந்தியர்களையும் கொடுமைப்படுத்தினார்கள். அங்கிருந்து 'ஹிபானியோலா (இன்றைய ஹெய்டி, டொமினிகன் தீவுகள்)

சென்றடைந்தார். அங்குள்ள செவ்விந்தியர்களின் தலைவர் குவானாக, கொலம்பஸை அன்புடன் வரவேற்று தங்கத்திலான முகமூடியை அணிவித்தார். கொலம்பஸின் கற்பனை சிறகடித்துப் பறந்தது. அத்தீவு அவருக்கு தங்க சுரங்கமாகவேபட்டது. எனவே சான்டர் மரியா என்ற கப்பலை அங்கு ஒரு கோட்டையாக அமைத்து தன்னுடன் வந்த 39 பேரையும் விட்டுச் சென்றார். ஸ்பெயின் நாட்டுக்கு சிறிது தங்கத்துடன், செவ்விந்திய அடிமைகளுடன் வந்து சேர்ந்தார்.

நேவிடாட் அதிர்ச்சி

தான் கண்ட இடத்தில் தங்கம் இருப்பதாகவும் மீண்டும் அங்கு சென்று தங்கத்தை அள்ளி வரலாம் என்று வந்ததாக அரசவையில் கூறி மற்றொரு பயணத்திற்கு அனுமதியும் அதிக பொருளுதவியும் கொலம்பஸ் பெற்றார். 1493ல் செப்டம்பர் 25ல் 17 கப்பல்களில்1200 பேர்களுடன் தங்க வெறிபிடித்த கூட்டம் கிளம்பியது. இம்முறை கொலம்பஸ் குதிரைகள், பீரங்கிகள், துப்பாக்கிகள், மனிதர்களை கவ்விக்குதறும் வேட்டை நாய்களையும் அழைத்துச் சென்றார்.

கொலம்பஸ் ஸ்பானியோலா தீவில் அமைத்த முதல் ராணுவத் தளத்திற்கு நேவிடாட் (கிறிஸ்மஸ்) என்று பெயரிட்டு இருந்தார். தான் விட்டுச் சென்றிருந்த 39 பேரும் தங்கத்தை குவித்து வைத்திருப்பார்கள் என்ற ஆவலுடன் வந்து இறங்கினார். ஆனால் அங்கு அவருக்கு அதிர்ச்சி காத்திருந்தது. அந்த முப்பத்தி ஒன்பது பேரும் படுகொலை செய்யப்பட்டு இருந்தார்கள். அவர்களது கொடுமைதாளாமல் செவ்விந்திய மக்கள் 39 பேரையும் கொன்றிருந்தனர். குவானாகாரி என்ற இனக்குழுவின் தலைவன் அருகிலிருந்த கூட்டத்தின் தலைவன் கவோனாபோவை காட்டிக்கொடுத்தான். காரணம், இவனது கூட்டத்தை பாதுகாக்கவும் ஏற்கனவே கொலம்பஸ் பிடித்துச் சென்ற பெண்களை திரும்ப அழைத்து வந்திருந்தார். அவர்களை மீட்கவே இப்படி செய்தான்.

ஆனால், கொலம்பசால் ஸ்பானியோலா முழுவதும் தேடியும் கவோனாபோவைப் பிடிக்க முடியவில்லை. தங்கமும் கிடைக்கவில்லை. அங்கிருந்து கியூபா சென்று அதன் பிறகு கொலம்பஸ் கும்பல் ஜமைக்கா சென்றது. அங்கிருந்தவர்கள், கொலம்பஸ் கும்பலுடன் கடுமையாக மோதினர். ஆனால்,

பீரங்கிகளுக்கு முன்னால் அவர்களால் தாக்குப்பிடிக்க முடியவில்லை. அந்த மக்களை கூட்டம் கூட்டமாக கொன்று குவித்தான் கொலம்பஸ். ''குவிக்கப்பட்ட பிணக் குவியலை கொத்த வந்த கழுகுகூட்டம் மேகத்தை இருட்டாக்கியது'' என இந்த சம்பவத்தைப் பற்றி குறிப்பு எழுதப்பட்டுள்ளது.

முதல் போராளி

ஒன்றரை ஆண்டுக்கு பிறகு மீண்டும் கொலம்பஸ் ஸ்பானியோலாவிற்கு திரும்பினார். கவோனாபாவை பிடிக்க சூழ்ச்சி செய்தார். தனது சக மாலுமி ஹோயடாவை அனுப்பி தங்கள் தலைவர் பரிசுகள் வழங்க விரும்புவதாக கூறி அழைத்து வந்தார். பித்தளை விலங்குகளை அணிவித்து அப்படியே கைது செய்தார். 1496-ல்29 கைதிகளுடன் ஸ்பெயினுக்கு செல்லும்போது காவோனாபோ இறந்து விட்டார். கொலம்பஸ் கூட்டத்தை எதிர்த்து மடிந்த முதல் போராளியாக கவோனாபோ மாறினார்.

அடிமை கூடாரம்

கொலம்பஸ் எதிர்பார்த்த அளவிற்கு தங்கம் கிடைக்கவில்லை. அனுப்பியவர்களுக்கும், முதலீடு செய்தவர்களுக்கும் எப்படி பதில் சொல்வது என யோசித்தார். அவரது சிந்தனை அடிமை வியாபாரத்தை நோக்கி சென்றது. 1495-ல் அடிமை கூடாரங்களை அமைத்து 1500 செவ்விந்தியர்களை அதில் அடைத்தார். அதில் நல்ல உடல்வாகு மிக்க 500 பேரை பிடித்து ஸ்பெயினுக்கு அனுப்பினார். அவர்களில் 200 பேர் வழியிலேயே இறந்துபோனார்கள். இந்நிகழ்வு கொலம்பசுக்கு இக்கட்டான நிலையை ஏற்படுத்தியது.

எனவே 14 வயதுக்கு மேற்பட்டவர்களை பிடித்து 3 மாதத்திற்கு ஒரு முறை குறிப்பிட்ட அளவு தங்கத்தை சேகரித்து வரவேண்டுமென உத்தரவிட்டார். தங்கம் கொண்டு வந்தவர்களுக்கு செப்புத்தகடு கழுத்தில் அணிவிக்கப்பட்டது. செப்புத்தகடு இல்லாதவர்களின் கைகளை துண்டித்தார். மேலும், அவர்களின் மூக்கு,காதுகளை அறுத்து எரிய உத்தரவிட்டார். தங்கம் சேகரிக்க முடியாதவர்கள் காடுகளுக்கு தப்பி ஓடினர். அவர்களை வேட்டை நாய்களை அனுப்பி பிடித்து வந்து தூக்கில் ஏற்றினார். மீதி இருந்த மக்கள் விஷம் குடித்து இறந்தனர். அராவக் இனமே அழிந்தது. 1496-ல் கொலம்பஸ் மீண்டும் ஸ்பெயின் நாட்டுக்கு திரும்பினார்.

புரட்சித்தலைவி

கிறிஸ்டோபர் கொலம்பஸ் அமெரிக்க மண்ணில் காலடி எடுத்துவைத்து 500–வது வருடத்தைக் கொண்டாடும் இந்த வேளையில், ரிகாபெர்டா மென்சுவிற்கு நோபல் பரிசு கிடைத்தது குறிப்பிடத்தக்கது. 33 வயதே ஆன இப்பெண்மணி, லத்தீன் அமெரிக்காவில் உள்ள சின்னஞ்சிறிய நாடான கௌதிமாலாவிற்கு சொந்தக்காரர். செவ்விந்திய இனமான மாயா இனத்தின் வழி வந்தவர். தனது நாட்டின் பழங்குடி மக்களுக்காக தனது வாழ்க்கையை அர்ப்பணித்துள்ளார். இராணுவ ஆட்சியின் பிடியில் சிக்கித் தவிக்கிறது கௌதிமாலா.

செவ்விந்தியர்கள் மீது அரசு நடத்திய அட்டூழியத்தில் மென்சுவின் தந்தை சாகடிக்கப்பட்டார். பிறகு அவரது அம்மா ராணுவத்தால் கடத்தப்பட்டு கொடுமைக்கு உள்ளாகி பலியானார். அடுத்து இவரது சகோதரர் ராணுவ துப்பாக்கிக்கு பலியானார். வீட்டு வேலை செய்து வந்த சிறுமி மென்சு இதனால் போராட்ட களத்தில் குதித்தாள். தனது நாட்டில் போராட்டத்தில் ஈடுபடும் போது கடுமையான அடக்குமுறைக்கு ஆளானார். கடந்த 11 ஆண்டுகளாக அந்நிய நாட்டில் (மெக்சிகோவில்) இருந்துகொண்டு தனது நாட்டு மக்களுக்காக பாடுபட்டு வருகிறார். சிறிய நாடான கௌதிமாலாவில் இன்று 46 ஆயிரம் விதவைகள், ஒரு லட்சம் அனாதைகள், காணாமல் போனவர்கள் 40 ஆயிரம் பேர் என்ற நிலை உள்ளது. இவர்கள் அனைவரும் செவ்விந்தியர்கள் என மென்சு கொதித்து எழுகிறார்.

கொலம்பஸ் கைது

கொலம்பஸ் மீண்டும் பயணத்தை மேற்கொள்ள யாரும் உதவவில்லை. ஆனால், இதே காலத்தில் போர்ச்சுக்கல் உதவியுடன் வாஸ்கோடகாமா இந்தியாவிற்கான கடல் வழியைக் கண்டுபிடிக்கும் முயற்சியில் ஈடுபட்டார். இதனால் ஸ்பெயின் மீண்டும் கொலம்பசுக்கு உதவியது. ஆனால், கொலம்பஸ் நினைத்தபடி பயணம் இருக்கவில்லை. திசைகாட்டிகருவி பழுதாகிவிட்டது. மாலுமிகள் இடையே சச்சரவு கிளம்பியது. ஸ்பானியோலா போய் தங்கினர். அங்கு ஸ்பானியர்கள் இடையே சண்டை சச்சரவுகள் நிகழ்ந்தன. கொலம்பஸ் மற்றும் அவரது சகோதரர்கள் அத்தீவுகளை நிர்வகித்தனர். இச்சூழ்நிலையில் ஸ்பெயின் அரசு போபாடில்ல என்பவரை அத்தீவுகளை நிர்வகிக்க அனுப்பியது. அங்கு சென்று

பார்த்தபோது பல ஸ்பானியர்கள் தூக்கில் தொங்கினர். இதனால், போபாடில்ல நிர்வாகத்தை ஏற்றார். அதோடு கொலம்பசையும், அவரது ஆதரவாளர்களையும் கைதுசெய்து ஸ்பெயின் நாட்டிற்கு அனுப்பினார். அங்கு கொலம்பஸ் சிறையிலிடப்பட்டார்.

அமெரிக்கோ வெஸ்புகியின் அதிர்ஷ்டம்

சிறையில் அடைக்கப்பட்ட கொலம்பஸ், தன்னை விடுதலை செய்யக்கோரி தொடர்ந்து ராணி இசபெல்லாவுக்கு கடிதம் எழுதினார். இதற்கிடையே பலர் கடல்பயணத்தை மேற்கொண்டனர். இவர்கள் அமெரிக்க கண்டத்தில் வாழ்ந்த செவ்விந்திய மக்களையும் அவர்களது நாகரிகத்தையும் அழித்தனர். இவ்வாறு பலர் மேற்கொண்ட பயணத்தில் ஹயடோ என்பவரும் ஒருவர். இவர் கொலம்பஸின் உற்ற நண்பர். இவர் தன்பயணத்தின்போது இத்தாலியின் பிளாரன்ஸ் நகரத்தைச் சேர்ந்த அமெரிக்கோ வெஸ்புகி என்பவரை தன்னுடன் அழைத்துச் சென்றார். இவர் திரும்பி வந்த பிறகு அமெரிக்காவைப் பற்றி அழகாக வர்ணித்தார். இந்த வர்ணனைகள் அவரை அதிகமாக பிரபலப்படுத்தியது. தொடர்ந்து இக்கண்டத்தின் வரைபடத்தை வரைந்த மார்ட்டின் வல்டாஹ் முல்லர் என்ற ஜெர்மானியர் இக்கண்டத்திற்கு அமெரிக்கா என பெயர் எழுதினார்.

அந்திமக் காலம் வரை

ஸ்பானியோலா தீவிற்கு ஓவாண்டோ என்ற புதிய அதிகாரியை ஸ்பெயின் அரசு, ஆளுநராக அனுப்பியது. இவர் 32 கப்பல்களில் பெரும் படையுடன் அங்கு சென்றார். கள்ளங்கபடமற்ற செவ்விந்தியர்களை காட்டுமிராண்டிகள் எனக்கூறி பூண்டோடு ஒழித்தார். சரகுவா என்ற இடத்தில் ஓவாண்டோவை வரவேற்றவள் அனாகோவ்னா. இவள் கொலம்பசின் சூழ்ச்சியால் மடிந்த காவ்னாபோவின் மனைவி. அவரது மறைவிற்கு பிறகு தனது கூட்டத்திற்கு தலைமை தாங்கினாள். அவள் ஓவாண்டோவிற்கு விருந்து அளித்த பொழுது திடீரென அவளையும் 84 பேரையும் கைது செய்தார் ஓவாண்டோ. 84 பேரை கண்டதுண்டமாக வெட்டிக் கொன்றுவிட்டு, அனாகோவ்னாவை மட்டும் தூக்கில் ஏற்றினார் ஓவாண்டோ.

இதற்கிடையில் கொலம்பஸ் இடைவிடாத முயற்சியால் விடுதலை பெற்று 1502ல் தனது நாலாவது பயணத்தை துவக்கினார். இவர் ஸ்பானியோலா தீவிற்கு சென்றபோது அங்கு ஓவாண்டோ, கொலம்பசை ஏற்க மறுத்தார். இதனால் பல இடங்களை சுற்றி கடைசியில் கொலம்பஸ் ஜமைகா சென்றடைந்தார். அங்கு கொலம்பஸ் ஓராண்டு தங்கினார். தங்களது அனைத்து

வேலைகளுக்கும் செவ்விந்தியர்களையே பயன்படுத்தினார். அங்கிருந்த பலர் ஸ்பானியோலாவிற்கு படகுகளில் சென்றனர். பாதிதூரம் செல்லும்போது, கடல் கொந்தளிப்பு ஏற்பட்டது. எனவே திரும்பி வந்தனர். வருகிறபோது படகின் சுமையை குறைக்க படகிலிருந்து செவ்விந்தியர்களை கடலில் தூக்கிப் போட்டனர். அவர்கள் படகின் விளிம்பை பற்றிய போது அவர்களது கைகள் துண்டிக்கப்பட்டன. இதற்குப்பிறகு கொலம்பஸ் தொடர்ந்து முன்னேற வழியின்றி 1504 நவம்பர் மாதம் ஸ்பெயின் நாட்டிற்கு திரும்பினார். இறுதிக்காலம் ஸ்பெயின் நாட்டில் கழிந்தது.

கருப்பு அடிமைகள்

ஓவாண்டோ என்ற ஆளுநருடன் ஸ்பானியாலொ தீவுக்கு ஒரு பாதிரியார் சென்றார். இவர் செவ்விந்திய மக்களுக்கு இழைக்கப்பட்ட கொடுமைகளை வரலாறாக வடித்துள்ளார். இவர் செவ்விந்திய மக்களுக்கு பரிகாரம் தேடுவதாக நினைத்து 1520-ல் ஸ்பெயின் அரசுக்கு ஒரு ஆலோசனை கூறினார். கடின உழைப்புக்கும் சீதோஷண நிலைக்கும் ஆப்பிரிக்கர்கள் ஈடுகொடுப்பார்கள். ஆகவே செவ்விந்தியர்களை ஸ்பெயினுக்கு கொண்டு வருவதற்கு பதிலாக ஆப்பிரிக்கர்களை கொண்டுவரலாம் எனக் கூறினார். இதுவே மற்றொரு கண்டத்து மக்களின் தலைவிதியை மாற்றியது. கருப்பு மக்களை ஐரோப்பாவிற்கு கொண்டுவந்தனர். பிறகு நேரே அமெரிக்க கண்டத்திற்கு கொண்டு சென்று அங்கு அடிமையாக விற்பனை செய்தனர்; உழைக்க வைத்தனர்.

புதிய உலகை கண்டுபிடிப்பது என்ற பெயரால் ஒரு பகுதி மக்கள் அழிக்கப்பட்டனர். அமெரிக்க கண்டத்தில் வாழ்ந்த பழங்குடி இனத்தின் கலாசாரம் புதைகுழிக்கு தள்ளப்பட்டது. லட்சக்கணக்கான கள்ளம் கபடமற்ற மக்கள் அழிந்தனர். சமீப நூற்றாண்டுவரை நவீன அமெரிக்க எல்லை விரிவாக்க கொள்கையை கடை பிடித்தபோது லட்சக்கணக்கான செவ்விந்தியர்களை தீயிட்டுக் கொளுத்தியது. இதேபோன்று இன்றும் அமெரிக்காவில் நவீன கருப்பின அடிமை முறை இருப்பதற்கு சமீபத்திய லாஸ்ஏஞ்சல்ஸ் கலவரம் சான்று பகர்கின்றது. ஏன் இன்றும் கூட லத்தீன் அமெரிக்க மத்திய அமெரிக்க நாடுகளில் பழங்குடி மக்கள் நரவேட்டையாடப்படுகின்றனர்.

மொத்தத்தில் புதிய உலகின் 500-வது ஆண்டுவிழாவை குதூகலமாக கொண்டாடும் இன்றைய அமெரிக்க, ஐரோப்பாவின் வளர்ச்சி, கோடிக்கணக்கான செவ்விந்திய மக்களின் கல்லறையின் மேல் கட்டி எழுப்பப்பட்டது என்பதையும் சேர்த்தே நினைவு கூர்வோம்.

3

வரலாற்றைப் புரட்டிப்போட்டவன்

“என்னால் போராட்டத்தில் ஈடுபடமுடியாத அந்த வினாடி என்னை மரணம் தழுவிக்கொள்ளட்டும்”

என்று உலக உழைப்பாளி மக்களின் தத்துவத்தை உருவாக்கிய அந்த மாபெரும் ஆசான் இப்படித்தான் மரணத்திற்கு அழைப்பு விடுத்தார். அவரைப் பொறுத்தவரை வாழ்வது என்பது வேலை செய்வது; வேலை செய்வது என்பது போராடுவது. “சொல்லுதல் யார்க்கும் எளிய அரியவாம் சொல்லிய வண்ணம் செயல்” என்ற வள்ளுவனின் குறளை நிஜமாக்கியவர் எங்கல்ஸ். ஐரோப்பாவில் நிலபிரபுத்துவத்தை, முதலாளித்துவம் நிர்மூலமாக்கி கொண்டிருந்த காலத்தில், ஜெர்மனியில் உப்பெர்தல் என்ற சிற்றூரில் 1820 நவ.28-ல் பிறந்தார் எங்கல்ஸ். தந்தையின் கடுமையான கட்டுப்பாட்டில் குடும்பம் அஞ்சி நடுங்கியது. தந்தை தீவிர மதப்பற்றாளர். எங்கே கட்டுப்பாடுகள் அதிகமோ அங்கே சுதந்திர வேட்கையும் தீவிரமாக இருக்கும். இறுக்கமான குடும்ப சூழலில்தான் எங்கல்ஸ் தனது இளமைக் காலத்தை கடத்தினார். ஆனாலும் அறிவுத்தாகம், சுதந்திரச் சிந்தனை, விடாமுயற்சி ஆகியவை இளமையிலேயே அவரிடம் நிறைந்து காணப்பட்டது.

15-வது வயதில் எங்கல்சின் நடவடிக்கையில் அவரது

தந்தை சந்தேகம் கொண்டார். ஒரு நாள் மகனின் பெட்டியை சோதனையிட்டு, வேதனைப்பட்டு தனது மனைவியிடம் தெரிவித்தார் “என்ன தண்டனை கொடுத்தாலும் அவன் கீழ்படிய மறுக்கிறான். அவனது பெட்டியில் பதிமூன்றாம் நூற்றாண்டு பிரபுகுல வம்சத்தைச் சேர்ந்த வீரர்களை பற்றிய நவீனத்தை கண்டேன். கடவுள் அவனை காப்பாற்றட்டும்'' என்றார்.

மதநூல்களைத் தவிர வேறு எதையும் படிப்பது தவறு மட்டுமல்ல மாபெரும் குற்றமாகவும் அக்காலத்தில் கருதப்பட்டது. நாடகம், நடனம், கதைகள் படிப்பது கூட எங்கல்ஸ் வாழ்ந்த உப்பெர்தலில் (நதிதீரப் பள்ளத்தாக்கு) மதவிரோத செயலாக கருதப்பட்டது. இவரது சிற்றூரில் சமூக நடவடிக்கைகளை மதவேடதாரிகளே நிச்சயித்தனர். சகிப்புத் தன்மையற்ற “பைட்டிசம்” என்ற கிறிஸ்துவ மதப்பிரிவு இங்கு இருந்தது. ஆலை முதலாளிகள் குழந்தைகளையும், தொழிலாளர்களையும் சுரண்டிய கொடுமையை எங்கல்ஸ் நேரில் கண்டார். அவரது மனதில் கேள்விகள் எழுந்தன? விடைகள் கிடைக்காததால் கேள்விகள் தொடர்ந்தன. எனவேதான் தனது இளமைக்கால கடிதத்தில் ஊரின் பெருமைகளை மட்டும் பேசித்திரியாமல் உப்பெர்தல் என்பதை 'முக்கெர்தல்' (பாசாங்கு பள்ளத்தாக்கு) என்று வர்ணித்தார்

எங்கல்சின் நடவடிக்கை மீது அச்சம் கொண்ட தந்தை அவரை இறுதி படிப்பை முடிக்கவிடாமலேயே 1837ம் ஆண்டு வர்த்தகத்திற்கு அழைத்துச் சென்றார். ஓராண்டுக்கு பிறகு பிரேமன் என்ற நகரில் ஒரு பெரிய வர்த்தக நிறுவனத்திற்கு அனுப்பிவைத்தார். அங்கு எங்கல்ஸ் வர்த்தக வேலையோடு தனது சொந்த ஊரில் பங்கேற்க முடியாத நாடகம், நடனம், இசை அரங்குகளுக்கு சென்று வந்தார். நீச்சல், கத்திச்சண்டை, குதிரை சவாரி போன்ற விளையாட்டிலும் ஈடுபட்டு வந்தார். பிரேமன் நகரிலும் உழைப்பாளி மக்களின் வாழ்வை கூர்ந்து கவனித்தார். “ஒரு மன்னன் தனது நாட்டில் சிறந்ததாக எதை வைத்திருக்க முடியுமோ அதன் உருவகமே இந்த சாமானியன்தான்'' என எழுதினார்.

தனது மகனின் ஆன்மீக வளர்ச்சி பற்றி கவலை கொண்ட தந்தை அவரை பிரேமனில் உள்ள பாதிரியார் வீட்டில் குடியேற்றினார். பாதிரியின் வீட்டில் வாழ்ந்த எங்கல்ஸ் தனது முன்னோர்களின் மத மூடநம்பிக்கைகள் மீது வெறுப்பு கொண்டார். ஆன்மீக வளர்ச்சிக்கு அனுப்பப்பட்ட அவர், அதன் போலித்தனத்தை புரிந்து கொண்டு மத மூடநம்பிக்கையிலிருந்து முற்றிலும் விடுபட்டார். பைபிளில் தீர்க்க முடியாத முரண்பாடுகள்

மண்டிக்கிடக்கின்றன. மதத்தையும் விஞ்ஞானத்தையும் ஒத்துப்போகச் செய்யமுடியாது என்றார் எங்கல்ஸ். இதனால் அவர் அளவற்ற சிரமங்களை சந்திக்க நேர்ந்தது.

இளம் ஜெர்மனி

இதே காலத்தில் 'இளம் ஜெர்மனி' என்ற அமைப்புகளுடன் எங்கல்சுக்கு தொடர்பு ஏற்பட்டது. இவ்வமைப்பு இலக்கியத்தை சமூக வாழ்வுக்கும், அரசியலுக்கு ஈடுபடுத்த முயன்றதால் எங்கல்ஸ் இவ்வமைப்பை நோக்கி ஈர்க்கப்பட்டார். ஆயினும் இவ்வமைப்புகளின் கொள்கை முதிர்ச்சி பெறாமலும், அரசியலில் தெளிவற்றும் இருந்தது. உலக துன்பங்களுக்காக இக்குழுவினர் அழுது புலம்பினர். இவர்களின் "ஜெர்மன்தந்தி" என்ற பத்திரிகையில் எங்கல்ஸ் கவிதைகளும், கட்டுரைகளும் எழுதினார். இக்கட்டுரைகளில் ஆட்சியாளர்கள் மற்றும் சுரண்டல் பேர்வழிகளின் முகத்திரையை கிழித்தெறிந்தார். 'ஆஸ்வல்டு' என்ற புனைப்பெயரில் வெளிவந்த இக்கட்டுரைகள் பெரும் பரபரப்பை ஏற்படுத்தியது. இக்கட்டுரையாளர் யார் என்பதை பற்றி மக்கள் பல யூகங்களை கொண்டிருந்தனர். பத்திரிகையின் ஆசிரியர்தான் இந்த ஆஸ்வல்டு என நினைத்தனர். பிரபலமான இலக்கியவாதிகளின் பெயர்களை பலர் நினைத்தனர். ஆனால், மக்கள் யூகித்த பிரபலமான இலக்கியவாதிகளையும், இளம் ஜெர்மனி என்ற அமைப்பின் பலவீனத்தையும் கடுமையாக விமர்சித்து அதே பத்திரிகையில் ஆஸ்வல்டு என்ற அதே பெயரில் எங்கல்ஸ் எழுதியபோது மக்களின் யூகங்கள் தவிடு பொடியாகின. உப்பெர்தலின் எறும்பு புற்றைக் கலைத்தவர் இந்த இளம் எங்கல்ஸ் என்பதை மக்கள் அறிய முடியவில்லை.

இராணுவ வீரனிலிருந்து இளம் ஹெகல்வாதியாக

1841ம் ஆண்டு எங்கல்சின் தந்தை அவரை பெர்லினுக்கு ராணுவ சேவைக்கு அனுப்பினார். பெர்லினில் எங்கல்ஸ் பீரங்கிப் படையில் சேர்ந்ததுடன் அப்படையில் சிற்றதிகாரியாகவும் உயர்ந்தார். அவருக்கு விருப்பம் இல்லாத பணி என்றாலும் அவருக்கு பல அனுபவத்தை இந்த இராணுவ சேவை கற்றுக்கொடுத்தது. ஓய்வு நேரத்தை ஒழுங்காக பயன்படுத்தும் பழக்கம் எங்கல்சுக்கு இருந்ததால் இராணுவ சேவைக் காலத்தில் நேரம் கிடைக்கும்போது பெர்லின் பல்கலைக்கழகத்திற்குச் சென்று வந்தார். அங்கேதான் அவருக்கு இளம் ஹெகல்யவாதிகளுடன்

தொடர்பு கிடைத்தது. இங்கே அவர் மார்க்சை சந்திக்க முடியாவிட்டலும் அவரைப்பற்றி அதிகமாகவே கேள்விப்பட்டார். பெர்லினில்தான் எங்கல்ஸ் இளம் ஜெர்மானியர்களுடன் அதுவரை இருந்த தொடர்பை துண்டித்துக்கொண்டு இளம்ஹெகலியராகவும், பிறகு இடதுசாரி ஹெகலியர் பிரிவிலும் தன்னை தீவிரமாக ஈடுபடுத்திக் கொண்டார்.

1842ம் ஆண்டுகளில் இடதுசாரி ஹெகலியவாதிகளுடன் தீவிர தத்துவப் போராட்டத்தில் ஈடுபட்டார். இக்காலத்தில் "ஷெல்லிஸ்டும் திருவழிபாடும்" என்ற பிரசுரம் எங்கல்சால் எழுதப்பட்டு பெயர் குறிப்பிடப்படாமல் வெளிவந்தது. இந்த பிரசுரத்தின் மேதாவிலாசத்தைக் கண்டு ஜெர்மன் ஆண்டு மலரின் ஆசிரியர் ரூகே, இதை எழுதியவர் சிறந்த அறிவாளியாக, டாக்டராக இருக்கவேண்டும் என கருதி அவர் தனது கட்டுரையில் இதை எழுதியவரை டாக்டர் என்றே குறிப்பிடுகின்றார். அதைப்படித்த எங்கல்ஸ் கூசிப்போனார். உடனே அந்த ரூகேவிற்கு கடிதத்தின் மூலம் "நான் ஒரு டாக்டர் அல்ல. அப்படி ஒருபோதும் ஆகவும் முடியாது. நான் வெறும் வியாபாரி. பிரெஷ்ய மன்னரின் பீரங்கிப் படையாளன். எனவே இந்த பட்டத்திலிருந்து தயவு செய்து என்னை விடுவித்துவிடுக" என்று எழுதினார். அந்த அளவு டாக்டர் பட்டத்தின் மீது உயரிய மரியாதையும் தன்னைப்பற்றிய தன்னடக்கத்தையும் கொண்டிருந்தார் எங்கல்ஸ்.

வர்த்தக தலத்திலிருந்து வர்க்கக் களத்திற்கு...

1842ம் ஆண்டு அக்டோபர் 8ம் நாள் இராணுவ சேவையை முடித்து சொந்த ஊர் திரும்பினார் எங்கல்ஸ். உடனே அவரது தந்தை அவரை 'நாடு கடத்தினார்' என்றே சொல்ல வேண்டும். இங்கிலாந்தின் மான்செஸ்டரில் உள்ள எர்மன்-எங்கல்ஸ் வர்த்தக நிறுவனத்திற்கு வியாபாரத்தில் அனுபவம் பெறவேண்டும் என்று அனுப்பிவைத்தார். அவருக்கோ வர்த்தகத்தில் விருப்பமில்லை என்பது மட்டுமல்ல தொழில் மீது தீராதகோபமும் கொண்டிருந்தார். ஆனாலும் வாய்ப்பை பயன்படுத்தி தனது அறிவுத் தாகத்தை தீர்த்துக் கொண்டார். அங்கு ஏராளமான ஆய்வுகளில் ஈடுபட்டார். தொழில்புரட்சி இங்கிலாந்தை முதலாளித்துவ நாடாக மாற்றி இருந்தது. அங்கு ஏற்பட்டு வரும் புரட்சிகரமான சூழ்நிலைகளைப் பற்றி பல கட்டுரைகளை எழுதினார். மான்செஸ்டர், லீட்ஸ் ஆகிய நகரங்களில் தொழிலாளர்கள் அல்லலுக்கு உள்ளாகி அடைந்து கிடந்தனர். அத்தெருக்களில் எங்கல்ஸ் அலைந்து திரிந்து தொழிலாளர்களை பற்றி அறிந்து கொண்டார்.

இக்காலத்தில்தான் இங்கிலாந்தில், மக்கள் உரிமைகளுக்காக போராடக்கூடிய ''சாசன இயக்கம்'' வீறுகொண்டு எழுந்தது. இந்த இயக்கத்துடன் எங்கல்ஸ் தொடர்புகளை ஏற்படுத்திக்கொண்டு செயல்பட்டார். சாசன இயக்கத்தின் பலத்தையும், பலவீனத்தையும் மதிப்பீடு செய்து அதிலிருந்தவர்களை பலவீனத்திலிருந்து வென்றெடுக்க முயன்றார். இதேபோல் கற்பனாவாத பிரிட்டிஷ் சோஷலிஸ்டுகளின் தொடர்பும் கிடைத்தது. அவர்களின் ஒழுக்கம் நிறைந்த புத்துலகம் என்ற பத்திரிக்கையில் கட்டுரைகளும் எழுதினார். 1844ம் ஆண்டு மார்க்சும், ரூகேயும் இணைந்து வெளியிட்ட ஜெர்மன்-பிரெஞ்சு ஆண்டு மலரில் எங்கல்சின் அரசியல் பொருளாதாரம் பற்றிய விமர்சனக்குறிப்பு என்ற கட்டுரை வெளியாகியது. இதைபற்றி மார்க்ஸ் "மேதமை நிறைந்த முதற்குறிப்பு" என்று கூறினார்.

ஆளுமைகளின் சங்கமம்

அறிவு, களப்பணி, நட்பு என பன்முகத்தன்மை கொண்ட இருபெரும் ஆளுமைகளின் சந்திப்பு 1844-ல் ஆகஸ்ட் மாதம் பாரிஸ் நகரில் நிகழ்ந்தது. எங்கல்ஸ், மான்செஸ்டரிலிருந்து ஜெர்மனியில் உள்ள தனது ஊருக்கு செல்லுகிறபோது, பாரிசிற்கு சென்று காரல் மார்க்சை சந்திக்கிறார். அவரோடு தங்கி இருந்த அந்த 10 நாட்கள் நட்பின் இலக்கியம் பல உருவாக இலக்கணமாக அமைந்தது. எங்கல்ஸ் படிப்படியாக பல நாடுகளில் பயணித்து அறிவு ஜீவிகளுடன் விவாதித்து, ஆய்வுகளை மேற்கொண்டு விஞ்ஞான சோஷலிச தத்துவத்தை நோக்கி முன்னேறுகிறார். காரல்மார்க்ஸ் ஆய்வுகளை நடத்தி மறுமுனையிலிருந்து இத்தத்துவத்தை நோக்கி முன்னேறுகிறார். உழைப்பாளி வர்க்க சிந்தனை அவர்களை ஒன்றிணைத்தது. 1842ல் நவம்பரில் கோலொனில் சிறிது நேரம் சந்திப்பு நடந்தது. ஆனால் அவை அவசர சந்திப்புதான்.

ஆனாலும் மார்க்சை சந்தித்து வீடு திரும்பியவுடன் வீட்டின் கட்டுப்பாடுகள் அவரது சுதந்திர சிந்தனைக்கு, புரட்சிகரமான செயல்பாட்டிற்கும் பெரும்தடையாக இருப்பதை உணர்ந்து 1845ம் ஆண்டு எங்கல்ஸ் வீட்டை விட்டு வெளியேறி புரூசெல்ஸ் சென்றடைந்தார். அதே நேரத்தில் பிரஷ்ய அரசு கோரிக்கையை ஏற்று பிரெஞ்சு அரசு காரல்மார்க்சை நாட்டைவிட்டு வெளியேற்றியது. அவரும் புரூசெல்ஸ் சென்றார். இந்த சந்திப்பின்போது மார்க்ஸ் வரலாற்று பொருள்முதல் வாதம் பற்றி முடித்து வைத்திருந்தார். இதை மேலும் விரிவுபடுத்தி ஆய்வுநடத்தி

படிப்பதற்காக போதுமான அளவு நூலக வசதி புருசெல்சில் இல்லாததால் ஆறு வாரப்பயணத்தில் இங்கிலாந்து சென்றனர். மான்செஸ்டர் நூலகத்தில் பெரும்பகுதி நாட்களை செலவிட்டு கடைசியாக லண்டன் போய்ச் சேர்ந்தனர். இங்கேதான் எங்கல்ஸ் தனது புரட்சி நடவடிக்கையின் அடுத்த கட்டத்தில் காலடி எடுத்துவைத்தார். ஒரு பாட்டாளிவர்க்க புரட்சி கட்சியை முன்னெடுத்துச் செல்வது அவசியம் என்பதை உணர்ந்து அதற்கான பணிகளில் தீவிரமாக இறங்கினார்.

நீதியாளர் சங்கத்திலிருந்து கம்யூனிஸ்ட் லீக் நோக்கி

லண்டனில் மார்க்சும்-எங்கல்சும் இணைந்து அமைப்புகளை உருவாக்கும் பணிகளில் இறங்கினர். எங்கல்ஸ் தனக்கு இருந்த பழையதொடர்புகளை பயன்படுத்தி இடதுசாரி சாசனவாதிகளுக்கும், நேர்மையாளர் சங்கத்திற்கும் இணைப்பை ஏற்படுத்தும் வேலைகளை செய்தார். இருவரும் புருசெல்ஸ் நகரத்திற்கு சென்று ஜெர்மன் தொழிலாளர்களை திரட்டி அமைப்பினை ஏற்படுத்தினர். இவ்வமைப்பின் சார்பில் எங்கல்ஸ் 1846 பாரிஸ் சென்றார். அங்கு பல கற்பனாவாத சோஷலிஸ்டுகளுடன் விவாதம் நடத்தியும், தத்துவப் போராட்டத்தை நிகழ்த்தியும் பல அமைப்புகளை ஒன்றிணைக்கும் வேலையில் ஈடுபட்டார். இச்சூழலில் 1847-ல் லண்டனில் செயல்பட்டு வந்த நேர்மையாளரின் சங்கத்தலைவர் யோசிப்மோல் புரூசெல்ஸ் சென்று மார்க்சையும், பிரான்ஸ் சென்று எங்கல்சையும் சந்தித்து தனது அமைப்பில் உறுப்பினராக சேரவேண்டும் எனவும் சங்கத்திற்கான புதிய வேலைத்திட்டத்தை உருவாக்கிடவும் வேண்டினார்.

இதன்பிறகு 1847 ஜூன் 2 முதல் 9 வரை சங்கத்தின் காங்கிரஸ் லண்டனில் கூடியது. பணம் இல்லாததால் இக்கூட்டத்தில் மார்க்ஸ், கலந்து கொள்ள முடியவில்லை. எங்கல்ஸ் பாரிஸ் நகர பிரதிநிதியாக கலந்துகொண்டார். இக்கூட்டத்தில் நீதியாளர் சங்கம் "கம்யூனிஸ்ட் லீக்" என பெயர் மாறியது. எல்லா மனிதர்களும் சகோதரர்களே என்பது உலகத்தொழிலாளர்களே ஒன்று சேருங்கள் என்றாகியது. இதன்பின் மார்க்சும், எங்கல்சும் ஒன்று சேர்ந்து கம்யூனிஸ்ட் கட்சி அறிக்கை உருவாக்குவதில் ஓராண்டு ஈடுபட்டு 1848 பிப்ரவரியில் உழைப்பாளி மக்களின் பேராயுதமான கம்யூனிஸ்ட் அறிக்கையை வெளியிட்டனர். அறிக்கை ஐரோப்பிய முதலாளித்துவத்தை ஆட்டம் காணச்செய்ததுடன், தொழிலாளி வர்க்கத்திற்கு புதுயுகத்தை திறந்தது. மேலும் கற்பனாவாத சோஷலிசத்திற்கு எதிரான உக்கிரமான யுத்தம் முடிவுக்கும் வந்தது.

களமும்-கருவியும் மாறுகிறது

1848-49 பிரான்சில் வர்க்கப் போராட்டமும் ஐரோப்பாவில் தொழிலாளர் எழுச்சியும் தீவிரமாக நடைபெற்றது. எங்கல்ஸ் இப்போராட்டத்தில் நேரடியாக களத்தில் இறங்கினார். நூலகத்திலிருந்து யுத்தகளத்திற்கு சென்றார். பிரான்சில் புரட்சியை தூண்டியதற்காக அரசு, எங்கல்சை வெளியேற்றியது. அவர் புருசெல்ஸ் நகருக்கு சென்று அங்கு மார்க்ஸ் கைது செய்யப்பட்டதை கண்டித்து இயக்கம் நடத்திவிட்டு மீண்டும் பாரிஸ் வந்தார்.

பிரான்சில் 400-க்கும் மேற்பட்ட ஜெர்மானிய தொழிலாளர்களை அணிதிரட்டி ஜெர்மன் கம்யூனிஸ்ட் கட்சி கோரிக்கைகளை தயாரித்து அவர்களது ஒவ்வொருவரின் கையிலும் கொடுத்து ஜெர்மனி புரட்சிக்கு, தொழிலாளர்களை அணிதிரட்ட அனுப்பி தானும் ஜெர்மனி சென்றார். ஜெர்மனியில் தொழிலாளர் புரட்சியை தீவிரப்படுத்த ஒரு பத்திரிக்கை அவசியம் என உணர்ந்து *1848* ஜூன்-*1* ல் புதிய ரைன் பத்திரிக்கை மார்க்சை ஆசிரியராக கொண்டு வெளிவந்தது. எங்கல்ஸ் அரசியல் கட்டுரைகளை இலக்கிய நயத்துடன் இப்பத்திரிக்கையில் எழுதினார்.

ரைன் மாநிலத்தில் புரட்சி தீவிரமாவதைக் கண்டு ராணுவம் குவிக்கப்பட்டது. பத்திரிக்கை தடை செய்யப்பட்டது. எங்கல்ஸ் தலைமறைவாக வேண்டும் என கட்சி உத்தரவிட்டது. எங்கல்ஸ் ரகசியமாக புருசெல்ஸ் செல்லும் போது, கைது செய்யப்பட்டு பின்னர் விடுதலை செய்யப்பட்டார். அங்கிருந்து பாரிசிற்கு சென்ற போது, பாரிஸ் புரட்சி தோல்வி கண்டு பிரான்ஸ் இறந்து கிடந்த காட்சியைக் கண்டு மனம் நொந்து பணம் இல்லாத நிலையிலும் கால்நடைப் பயணமாக ஸ்விட்சர்லாந்து சென்றார். அங்கிருந்தபடியே ஹங்கேரி புரட்சி பற்றியும், ஸ்விட்சர்லாந்து பற்றியும் ரைன் பத்திரிகைக்கு கட்டுரை எழுதினார். *1849* ஜனவரியில் ஜெர்மனி திரும்பியவுடன் ஒரே மாதத்தில் மார்க்சும், எங்கல்சும் கைது செய்யப்பட்டு வழக்கு தொடுக்கப்பட்டது. இவ்வழக்கில் மார்க்சும், எங்கல்சும் வாதாடி விடுதலை பெற்றனர். இந்த வழக்கில் இவர்களின் வாதத்திறமையைக் காணக் கண்கோடி வேண்டும் என சமகாலத்தவர்கள் வர்ணிக்கின்றனர்.

விடுதலையான பிறகு சோர்ந்து விடவில்லை. ஐரோப்பாவின் எழுச்சிக்கு திட்டம் தீட்டினர். இதேகாலத்தில் ரைன் மாநிலத்தின் ஒரு பகுதியில் நடைபெற்ற புரட்சிக்கு எங்கல்ஸ் நேரடியாக

சென்று புரட்சிப்படைகளை ஒருங்கிணைத்தார். மீண்டும் தென்மேற்கு ஜெர்மனி சென்று புரட்சியை விரிவுபடுத்தும் பணியை செய்தார். அதன் பிறகு இருவரும் பிரான்சை நோக்கி சென்றனர். அங்கு மீண்டும் இருவரும் கைது செய்யப்பட்டு விடுதலை ஆனார்கள். இதன்பின் மார்க்ஸ் பிரான்ஸ் சென்றார். எங்கல்ஸ் அங்கு நடந்த தொழிலாளர்களின் ஆயுதம் தாங்கிய புரட்சியில் கலந்து கொண்டார்.

எங்கல்ஸ் புரட்சிப் படையில் கலந்துகொண்டது புரட்சி வீரனாக மட்டுமல்ல. இராணுவத்தில் பணிபுரிந்தபோது அது பற்றிய அறிவும், யுக்திகளையும் தெரிந்து வைத்திருந்தார் என்பதும் முக்கிய காரணம். எனவே அவர் தடையரண் உருவாக்குவது, பின்புலத்தை தயாரிப்பது உட்பட ஒரு புரட்சிப்படையை வழிநடத்தும் தலைவனாகவே இருந்து வழிநடத்தினார்.

நட்பின் இலக்கணம்

1848-49 புரட்சிக்கு பிறகு ஐரோப்பா அடங்கி இருந்தது. பொருளாதார ரீதியில் எங்கல்ஸ், மார்க்ஸ் இருவரும் சிரமப்பட்டனர். எனவே, தன்னைவிட வறுமையில் வாடும் மார்க்ஸ், குடும்பத்தை பாதுகாக்க அவரது பொருளாதார ஆய்வுப்பணி தடங்கலின்றி தொடர எங்கல்ஸ் மீண்டும் 1850-நவம்பவரில் மான்செஸ்டரில் வர்த்தக நிறுவனத்திற்கு சென்றார். முதலில் பிரதிநிதியாக, பிறகு பொறுப்புள்ள பிரதிநிதியாக, பிறகு 1864ல் தந்தை இறந்த பிறகு பங்குதாரராக இருக்க வேண்டிய நிலை ஏற்பட்டது. தொடர்ந்து 20 ஆண்டுகாலம் இதில் ஈடுபட்டார். நாய்த்தனமான வர்த்தகம் என எரிச்சலோடு நண்பர்களுக்கு எழுதினார். இக்காலத்தில் இவரது மனைவி அயர்லாந்து தேசத்தை சேர்ந்து மேரிபேர்ன்ஸ் தான் உறுதுணையாக இருந்தார். இவரும் 1863-ஜனவரியில் இதயநோயால் இறந்தபோது எங்கல்ஸ் துடித்துப்போனார். அவளுடன் கூடவே எனது இளமையின் கடைசித் துளியையும் புதைத்து முடித்துவிட்டதாக உணர்கிறேன் என்று மார்க்சுக்கு எழுதினார்.

எனினும் மார்க்ஸ் குடும்பத்தை காப்பாற்றவும் மூலதனம் நூலை முடிக்கவும் அவர் வர்த்தகத்தில் தொடர்ந்தார். நேரடியாக பொருளாதார உதவி செய்வதோடு மட்டுமல்ல, நியுயார்க் டெய்லி டிரிபுனல் பத்திரிகைக்கு மார்க்ஸ் பெயரால் கட்டுரைகளை எழுதி அதன்முலம் மார்க்சுக்கு பணம் கிடைக்கச் செய்தார். “தன்னலம் கருதாத எங்கல்சின் இடையறாத நிதி உதவி மட்டும் இல்லையேல்

மார்க்ஸ் மூலதனத்தை முடித்திருக்கமாட்டார், ஏழ்மையின் பாரத்தால் நசுக்கப்பட்டு மாண்டே போயிருப்பார்" என்று லெனின் எங்கல்ஸின் உதவி பற்றி கூறினார்.

ராணுவ நிபுணன்

மான்செஸ்டரில் வேலை செய்த இக்காலத்தில் ஏராளமான ராணுவ நூல்களை கற்று கட்டுரைகளை எழுதினார். இவ்விஷயங்களை பின்னாளில் புரட்சிக்கான தேவை என்ற உணர்வோடு கற்றார். 18-ம் நூற்றாண்டின் இராணுவக்கலையின் வளர்ச்சி பற்றியும், ஐரோப்பிய இராணுவ தன்மை, பிரான்ஸ்-ஆஸ்திரிய போர் பற்றி 80க்கும் மேற்பட்ட கட்டுரைகளை இக்காலத்தில் எழுதினார். இவரின் இராணுவ அறிவைப்பற்றி மார்க்ஸ் குறிப்பிடுகையில் "இன்னும் சில காலத்திற்கு இந்தப் (பிரெஞ்சு-பிரஷ்ய) போர் நீடிக்குமானால் லண்டனில் உள்ள ராணுவ வல்லுநர்களில் தலைசிறந்தவனாக நீயே கருதப்படுவாய்" என்று எழுதினார். இக்காலத்தில்தான் எங்கல்ஸின் நண்பர்கள் அவருக்கு "ஜெனரல்" என பட்டப்பெயர் சூட்டினார்கள்.

பன்மொழிப்புலவர்

எங்கல்ஸ் ஏற்கனவே ஐரோப்பாவின் அடிப்படை மொழிகளை கற்றிருந்தார். கிரேக்கம், லத்தீன் அறிந்திருந்தார். 1856ல் ருஷ்ய மொழியை கற்றார். கிரிமிய யுத்தம் காரணமாக கிழக்கிந்திய பிரச்சனைகளை அறிய பாரசீக மொழியை கற்றார். இதோடு பண்டைய ஜெர்மானிய மொழியையும் கற்றார். 1864ல் டென்மார்க் பகுதியில் நடைபெற்ற போரால் ஸ்காண்ட்நேவிய மொழி பயின்றார். அறுபதாவது வயதில் முதல் அகிலத்தில் அயர்லாந்து பிரச்சனை எழுந்தபோது அது பற்றி அறிய ஐரீஷ் மொழி மற்றும் டச்சு மொழிகளையும் கற்றார். தனது வாழ்வின் அந்திமக் காலத்தில் ருமேனியாவிலும், பல்கேரியாவிலும் சோஷலிச அமைப்புகளுக்கு வழிகாட்டிட ருமேனிய, பல்கேரிய மொழியை பயின்றார்.

எங்கல்ஸிற்கு 20 மொழிகள் தெரியும். 12 மொழிகளில் பேச, எழுத புலமை பெற்றிருந்தார். எட்டு மொழிகளில் படிக்க கற்றிருந்தார். வெறும் மொழிகளைமட்டும் பயிலாமல் அந்த நாட்டு வரலாறு. இலக்கிய வரலாற்றோடு பயின்றார். எங்கல்சின் இந்த புலமை ஒப்புநோக்கு மொழியியலுக்கு உதவியது. எங்கல்சின் சிறந்த படைப்பான குடும்பம், தனிச்சொத்து, அரசு ஆகியவற்றின் தோற்றம் என்ற கண்டுபிடிப்பிற்கும், மொழிகளை

பற்றிய மார்க்சிய கண்ணோட்டத்திற்கும், பின்னாளில் அவர் முதல் அகிலத்தில் பணியாற்றவும் இப்புலமை உதவியது. இத்துடன் எங்கல்ஸ் இலக்கியம், கவிதைகள் எழுதுவதிலும் ஆர்வம் கொண்டிWருந்தார்.

முதல் அகிலத்தில்

1870 செப்டம்பரில் வர்த்தகத்தை விட்டுவிட்டு அளவிடமுடியாத மகிழ்வுடன் மார்க்ஸ் இல்லத்திற்கு அருகே குடியேறினார். அங்கிருந்து அகிலத்தின் வேலைகளை செய்தார். பெல்ஜியம், ஸ்பெயின், இத்தாலி, டென்மார்க், ஆகிய நாடுகளுக்கு கட்சியை கட்ட உதவினார். இருவரும் பாரிஸ் கம்யூன் எழுச்சிக்கு கடினமாக உழைத்தனர். எழுச்சிக்கும், கம்யூனை நடத்தவும் சாத்தியமான அளவு வழி காட்டினார்கள்.

காரல் மார்க்ஸ் பொருளாதாரத் துறையில் ஆய்வை மேற்கொண்டிருந்த போது, இயற்கை விஞ்ஞானத்தில் எங்கல்ஸ் ஆய்வுகளை மேற்கொண்டார். இச்சூழலில் எங்கல்ஸ் மனைவி மேரிபேர்ன்ஸ் மறைவிற்கு பிறகு அவரது தங்கை லீசிபேர்ன்ஸ்-ஐ திருமணம் செய்திருந்தார். அவர் 1878ல் மறைந்தது மேலும் அவரை தனிமைக்குள்ளாக்கியது. லீசிபேர்ன்ஸ் அயர்லாந்து பிரச்சனை ஆய்வுக்கு அதிகம் உதவியவர் என்று எங்கல்ஸ் குறிப்பிடுகிறார். இதை அடுத்து 1883 மார்ச் 14-ல் மார்க்சின் மறைவு எங்கல்சுக்கு பெரும் இழப்பை ஏற்படுத்தியது. இருந்தாலும் தனது லட்சியத்தை அடைய அயராது உழைத்தார்.

1883 மார்க்ஸ் மறைவிற்கு பிறகு எங்கல்ஸ் 12 ஆண்டுகள் வாழ்ந்தார். ஒரு புறம் மார்க்ஸ் விட்டுச்சென்ற ஆய்வுப்பணிகளை மேற்கொண்டார். மறுபுறம் வளர்ந்து வரும் பாட்டாளி வர்க்க அமைப்புகளுக்கு உதவிட நேரத்தை செலவிட்டார்.

காரல் மார்க்ஸ் மூலதனத்தின் முதல் பகுதியை வெளியிட்டார். இரண்டாவது மூன்றாவது தொகுதி கையெழுத்து பிரதியாகவே இருந்தது. இதை சரிபார்த்து அதற்கு தேவையானவற்றை சேர்த்து வெளியிட வெகுகாலம் எடுத்தது. இதற்காக இரவும் பகலும் உழைத்தார். இதோடு மூலதனத்தில் முதல் பகுதியின் மொழிபெயர்ப்பு வேலைகளையும் செய்தார். இக்காலத்தில் குடும்பம், தனிச்சொத்து, அரசு ஆகியவற்றின் தோற்றம் என்ற சிறப்பு வாய்ந்த நூலை எழுதி முடித்தார்.

வயது முதிர்ந்த காலத்திலும் அமெரிக்கா உட்பட பல நாடுகளுக்கு பயணித்து இயக்க வேலைகளைச் செய்தார். பல

நாடுகளில் இவருக்கு தொழிலாளர் அமைப்புகள் பாராட்டுகள் தெரிவித்தபோது இந்த பாராட்டுக்கள் அனைத்தும் மார்க்சையே சாரும் என்று அவருக்கே அர்பணித்து அவரின் பங்கை நிலைநாட்டினார். மார்க்ஸ் விதைத்த விதைகளில் விளையும் புகழையும், கீர்த்தியையும் நான் அறுவடை செய்ய நேர்ந்திருக்கிறது என்று பல இடத்தில் கூறுவார். இரண்டாவது அகிலம் நிறுவப்பட்ட பிறகு எங்கல்சின், கட்சி அரசியல் பணிகள் அதிகமாயின. எங்கல்ஸ் உயிரோடு இருந்தவரை நிரந்தர அமைப்பை அகிலத்தின் காங்கிரஸ் ஏற்காததால் சித்தாந்த வேலையோடு பல நாடுகளுக்கு சென்று தனித்தனியான வழிகாட்டுதல் செய்ய வேண்டிய பொறுப்பு வந்தது.

இதனால் அவர் இயற்கையின் இயக்க இயல் என்ற நூலை முடிக்கவில்லை. இதோடு அவர் இன்னும் பல நூல்களை எழுத திட்டமிட்டிருந்தார். ஜெர்மன் சமூகத்தில் வன்முறையின் பாத்திரம், மார்க்ஸ் வரலாறு, முதல் அகிலம், மூலதனம் 4ம் தொகுதி என பலவற்றை எழுதுவதற்கு எத்தனித்திருந்தார்.

ஆனால், இதோ, 1895ம் ஆண்டு ஆகஸ்ட் 5 இரவு 11 மணிக்கு போராட முடியாத அந்த நிமிடத்தில் மரணம் அவரை தழுவிக் கொண்டது, உழைப்பு நின்று போனது. ஆனால் அவரின் சிந்தனைகள் பல புரட்சிகளை வெற்றிபெறச்செய்து வருகிறது. பிரடெரிக் எங்கல்ஸ் தனது 75 ஆண்டுகால வாழ்வில் கவிஞனாக, தத்துவஞானியாக, ஸ்தாபகராக, புரட்சிவீரனாக, இராணுவ நிபுணனாக, பன்மொழிப்புலவனாக, பல பரிமாணங்களை பெற்றுள்ளார். உழைப்பாளி மக்களின் விடுதலைக்கு வித்திட்டவராக இன்றும் நம்மிடம் வலம் வந்து கொண்டிருக்கிறார்.

எங்கல்ஸைப் போல மரணம் தழுவிக்கொள்ளும் வரை உழைப்போம்; போராடுவோம்.

4

புதுயுக வழிகாட்டி

முதலாளித்துவத்தின் வளர்ச்சிப்போக்குகளை துல்லியமாக மதிப்பீடு செய்து ஏகாதிபத்தியம் என்ற சங்கிலியின் பலவீனமான கண்ணியை தகர்த்தெறிந்த வர்க்கப் புரட்சிக்கு தலைமையேற்றார் லெனின். மார்க்சியம் என்ற கோட்பாட்டினை நடைமுறைப்படுத்த வித்திட்டார். இன்றைக்கும் ஏகாதிபத்தியம் நாடுகடந்த தன்மையை அடைந்து நிதிமூலதனம் என்ற பகாசூரனாக மாறி தேசங்களையும், உழைப்பாளி மக்களின் இரத்தத்தையும் உறிஞ்சுக் கொண்டிருக்கிறது. இன்றும் எண்ணற்ற தாக்குதல்களை சந்தித்து ஏகாதிபத்தியமயமாக்கப்பட்ட முதலாளித்துவத்திற்கு மாற்றாக, மார்க்சிய-லெனினிய சித்தாந்தங்கள் புதிய அனுபவத்தோடும் புரிதலொடும் வீறுகொண்டு எழுந்து நிற்கின்றது.

எனவேதான் 2008-ம் ஆண்டு அமெரிக்க ஜனாதிபதி ஜார்ஜ் புஷ் பதவி விலகும் சிலநாட்களுக்கு முன்பு பொதுநிகழ்ச்சியில் கீழ்கண்டவாறு அலறினார். ‘‘1900-ம் ஆண்டுகளில் நாடுகடந்து வாழ்ந்த ஒரு ஐரோப்பிய வழக்கறிஞர் ‘‘என்ன செய்ய வேண்டும்?’’ என்று ஒரு பிரசுரத்தை வெளியிட்டார். ருஷ்யாவில் கம்யூனிச புரட்சியை நடத்தும் திட்டத்தை வெளியிட்டார். உலகம் அவரது வார்த்தைக்கு செவிசாய்க்கவில்லை. ஆனால், அதற்குரிய கடும்

விலையை கொடுத்தது'' என்றார். ஏகாதிபத்திய இழப்பைத்தான் அவர் உலக இழப்பாக எடுத்துரைக்கின்றார்.

"இதே புத்தகத்தை ஒபாமாவிற்கு அனுப்பிவைக்கிறேன் அதைப்படிக்க வேண்டும்'' என்று 2009-ம் ஆண்டு வெனிசூலாவின் அதிபர் சாவேஷ் தெரிவித்தார்.'' லெனினது எழுத்துக்களும் கருத்துக்களும் இன்றும் ஏகாதபத்தியத்திற்கு சிம்மசொப்பனமாக திகழ்கிறது. லெனினியம் அவரது மூளையிலிருந்து உதித்த புனிதமானவையும் அல்ல, போதிமரத்தடியிலும், கல்வாரி மற்றும் கைலாய மலைகளில் தரிசித்துப்பெற்ற ஞானமும் அல்ல. மாறாக தான்படித்த தத்துவத்தை - வரலாற்றை ருஷ்ய சமூகத்துடன் இணைத்துப் பார்த்தார். மக்களை, தொழிலாளர்களை, விவசாயிகளை படித்தார்; அவர்களுடன் இரண்டற வாழ்ந்தார்; மாற்றுப்பாதைக்கு வந்தடைந்தார்.

சாகசம் மட்டும் சாத்தியமில்லை

ஸ்ம்பீர்க் என்ற கிராமத்தில் 1870-ஏப்-22-ல் லெனின் பிறந்தார். தற்போது அக்கிராமம் லெனின் இயற்பெயரான உலியானவ் என்ற பெயரில் அழைக்கப்படுகிறது. லெனினின் பாட்டனார் குபர்னிகா என்ற பழங்குடிஇனத்தின் வழிவந்தவர். தாய் மருத்துவக்குடும்பத்தைச் சேர்ந்தவர். தந்தை ஆசிரியர். லெனினுடன் பிறந்தவர்கள் ஐந்துபேர். சிறுவயதிலேயே லெனின் படிப்பார்வம் மிக்கவராக திகழ்ந்தார். புதினங்களை விரும்பி படித்தார். செர்னிஷேவ்ஸ்கியின் "என்ன செய்வது''? என்ற புத்தகம் லெனினை வெகுவாக கவர்ந்தது. "பெரிய அறிஞர். ஜார் ஆட்சியை எதிர்த்து சமரசமற்ற யுத்ததை நடத்தினார்'' என்று பின்னாட்களில் லெனின் இவரைப்பற்றி குறிப்பிட்டார். தனது 16-வது வயதில் தந்தையை இழந்தார். 17-வது வயதில் தனது அண்ணன் அலெக்சாந்தரை இழந்தார். அவர் பீட்டர்ஸ்பர்க் பல்கலையில் படிக்கும்போது சக மாணவர்களுடன் இணைந்து ஜார் மன்னனை கொலை செய்வதற்கு முயன்றதாக குற்றம் சாட்டப்பட்டு 1886-மே மாதம் தூக்கிலிடப்பட்டார். இது லெனினுக்கு பேரிடியாக இருந்தது. பெரும் பாதிப்பை ஏற்படுத்தியது.

ஆனாலும் லெனின் வாழ்க்கை புரட்சிப்பாதையில் செல்வதை இது தடுக்கவில்லை. மேலும் உறுதிப்படுத்தியது. ஆனால் தனது அண்ணன் சென்ற பாதை தனது பாதை அல்ல என்பதை மேலும் உறுதிப்படுத்திக் கொண்டார். தனது அண்ணன் மற்றும் சகமாணவர்களின் வீரத்தையும், தியாகத்தையும்,

உறுதியையும் பாராட்டிய அவர், அவர்களது பாதையை புறக்கணித்து விடியலுக்கான புதிய பாதையை தேடினார். சாகசம் மட்டும் சமுதாய மாற்றத்திற்கு சாத்தியமில்லை என்று கருதினார். இத்தேடல் அவரை மார்க்சியம் என்ற விஞ்ஞான தத்துவத்திற்கு அழைத்துச்சென்றது.

நம்பத்தகாத புள்ளிகள்

லெனின், உயர்நிலைப்படிப்பில் தங்கப்பதக்கம் பெற்று தேர்வுபெற்றார். 1887-ல் கசான் பல்கலைக்கழகத்தில் சட்டப்பிரிவில் சேர்ந்தார். பல்கலைக்கழகத்தில் புரட்சிகர மாணவர்களுடன் இணைந்து செயல்பட்டதால் அவர் கைது செய்யப்பட்டார். கொக்காஷ்கினோ என்ற கிராமத்தில் சிறைவைக்கப்பட்டார். இப்போது அந்தக் கிராமம் அவரது பெயரால் லெனினோ கிராமம் என்றழைக்கப்படுகிறது. இந்த ஓராண்டு சிறைவாசத்தை லெனின் தனது அறிவுதாகத்தை தீர்ப்பதற்காக பயன்படுத்தினார். இந்த ஓராண்டில் படித்ததுபோல் அதற்கு பின்னால் நான் சைபீரியாவில்கூட இப்படி படிக்கவில்லை என்று எழுதினார்.

லெனின் விடுதலைக்குப்பிறகு பல்கலையில் சேர முயன்றார். வெளிநாடு சென்று படிக்கவும் முயன்றார். அரசு அவரை நம்பத்தகாத புள்ளிகள் பட்டியலில் சேர்த்து அனுமதி மறுத்தது. அக்காலத்தில் கசானில் புரட்சிகர சூழல் நிலவியது. ருஷ்யாவின் முதல் புரட்சிகர மார்க்சியவாதிகளில் ஒருவரான பெதோசேயேவுடன் லெனின் தொடர்பு கொண்டார். இந்த தொடர்பை பயன்படுத்தி மார்க்சிய நூல்களை படித்தார். சலிப்பற்ற, ஓய்வற்ற தொடர்ந்த படிப்பு என்றுகூட கூறலாம். காலையில் தேநீர் அருந்திவிட்டு புத்தக சுமையுடன் எலுமிச்சை தோட்டத்தில் மூலையில் கிடந்த நாற்காலியில் ஏதோ கண்டிப்பான ஆசிரியர் காத்திருப்பதுபோல் சென்றுவிடுவார். மாலைவரை படிப்பு, இக்காலத்திலேயே சில ஆய்வுகளை செய்தார்; கட்டுரைகளையும் எழுத ஆரம்பித்தார். நான்காண்டு பல்கலை படிப்பை ஒன்றரை ஆண்டுகளில் முடித்தார். 1891-ல் பீட்டர்ஸ்பர்க் பல்கலைக்கழகத்தில் சட்டத்துறையில் முதல்மாணவனாக தேர்வு பெற்றார். 1892-ல் சமரா மாவட்டத்தில் வழக்கறிஞராக தனது பணியை துவக்கினார். அவரது கட்சிக்காரரர்கள் பெரும்பகுதி விவசாயிகளே!

இந்தச்சூழலில்தான் லெனினுடைய அரசியல் நடவடிக்கையின் அடுத்த கட்டம் துவங்கியது. சமராவின்

முதலாவது மார்க்சிய வட்டத்தை 1892-ல் லெனின் உருவாக்கினார். இந்தக்குழுவினர் மார்க்சியத்தை செயல்முறையில் பரப்பும் வேலைசெய்தார்கள். தனது 23-வது வயதில் இந்த நடவடிக்கையில் லெனின் குதித்தார். மற்றொரு திருப்பத்தையும் இங்கே சந்தித்தார். தனது எதிர்கால மனைவி, நண்பர் நதேழ்தா குரூப்ஸ்கயாவை போராட்டங்களில் ஈடுபட்டிருக்கும்போது சந்தித்தார். இவர் தொழிலாளர்களுக்காக மாலை நேரத்திலும், ஞாயிற்றுக் கிழமைகளிலும் பாடம் சொல்லிகொடுக்கும் ஆசிரியப் பணியில் இருந்தார். பொதுவாழ்க்கை இருவரையும் இணைத்தது.

இக்காலத்தில் லெனின் மேற்கு ஐரோப்பா சென்று தொழிலாளிவர்க்கம் பற்றி அறிந்து வரும்பொருட்டு வெளிநாட்டு மார்க்சிய குழுவினரால் அனுப்பபடுகிறார். முதலில் சுவிட்சர்லாந்து சென்று 1883-ம் ஆண்டே ருஷ்யாவில் உழைப்பு விடுதலைக்குழுவை உருவாக்கிய பிளக்கனாவுடன் பேசுகிறார். பிறகு பெர்லினுக்கும், பாரிசுக்கும் சென்று தொழிலாளர்கள் கூட்டங்களில் கலந்துகொள்கிறார். பாரிசில் காரல்மார்க்சின் மருமகனான போல் லபார்க்குடன் சந்திப்பு நடத்துகிறரர். இங்கே லெனினுக்கு நிகழவிருந்த அரிய சந்திப்பு இயற்கையால் முடக்கப்படுகிறது. எங்கல்சை சந்திக்க முயற்சித்தபோது, எங்கல்சின் கடும் உடல்நல பாதிப்பால் அவரை சந்திக்கமுடியாமல் மரணச்செய்தியை மட்டுமே கேட்கமுடிகிறது. லெனின் மீண்டும் ரஷ்யாவிற்கு திரும்பியபோது ஏராளமான மார்க்சிய நூல்களை அதிகாரிகளுக்கு தெரியாமல் எடுத்து வந்தார். ரஷ்யா முழுவதும் இப்புத்தகங்கள் விநியோகிக்கப்பட்டது.

சிறையே செயல்தளமாக

வெளிநாடு சென்று திரும்பிய லெனின் முன்னிலும் தீவிரமாக புரட்சி நடவடிக்கையில் ஈடுபட்டார். 1895-ல் அனைத்து மார்க்சிய குழுக்களையும் இணைக்கும் முயற்சியில் இறங்கினார். தொழிலாளி வர்க்க விடுதலைக்கான போராட்ட ஐக்கியம் என்ற அமைப்பை ஆரம்பித்தார். ரஷ்யாவில் புரட்சி நடத்தவேண்டுமென்றால், மார்க்சியத்தை ரஷ்ய நிலைக்கு ஏற்றவகையில் கடைபிடிப்பதும், ஒரு உறுதியான கட்சியை கட்டுவதும் அவசியம் என்பதை இக்குழுவின் மூலம் வலியுறுத்தினார். இக்குழு தொழிலாளர்களை வேலைநிறுத்தத்தில் இறக்கியது. இதனால் கொந்தளிப்பான சூழல் ஏற்பட்டது. லெனின் உட்பட இக்குழுவின் தலைவர்கள் கைது செய்யப்பட்டு ஒன்றரை ஆண்டுகள் தனிக்கொட்டடியில் அடைக்கப்பட்டனர்.

சிறையில் தனி கொட்டடியில் அடைக்கப்பட்டாலும் தனது புரட்சிகர நடவடிக்கையை லெனின் கைவிடவில்லை. சங்கேத மொழியில் மற்றவர்களுடன் தொடர்பு கொண்டார். செய்தித்தாள்கள் மற்றும் சிறை நூலகத்திலிருந்து எடுக்கப்பட்ட நூல்களின் இடையில் தனக்கு கொடுக்கப்படும் பாலின் மூலமாக எழுதி தகவல் பரிவர்த்தனைகளை செய்தார். இதற்காக ரொட்டியாலான மைக்கூடுகளை பாலில் தோய்த்து பயன்படுத்தினார். காவலர்கள் வந்துவிட்டால் பால்கூடை வாயில் போட்டு சாப்பிட்டுவிடுவார்.

1897-ல் பிப்ரவரி மாதம் லெனினை சைபீரிய காட்டிற்கு மூன்று ஆண்டுகள் ஜார் அரசாங்கம் நாடு கடத்தியது. சைபீரியா என்றாலே கொடூரம். அதிலும் சைபீரியாவில் பலநூறு கிலொமீட்டர் தூரத்தில் லெனினை சிறைவாசம் வைத்தனர்.1897 மேமாதம் லெனின் சைபீரியாவின் ஜீஷென்கோயே கிராமத்திற்கு வந்தார். அங்குள்ள விவசாயிகளுடன் தொடர்பு கொண்டு அவர்களுக்கான வக்கீலாக செயல்பட்டு உதவினார். (இங்கு லெனின் தங்கியிருந்த வீடு 1938-ல் நினைவகமாக மாற்றப்பட்டது). ஓராண்டு கழித்து குரூப்ஸ்கயாவும் கைது செய்யப்பட்டு லெனின் மணமகள் என்பதால் லெனின் தங்கியிருந்த கிராமத்திற்கு அனுப்பப்பட்டார். இங்குதான் இருவருக்கும் திருமணம் நடந்தது.

“லேனா” லெனின் ஆனார்

1900-ம் ஆண்டு லெனின் விடுதலையாகி பீட்டர்ஸ்பெர்க் நகரம் வந்தபோது ஜார் அரசு மீண்டும் கைது நடவடிக்கையில் இறங்கியது. “உலியானோவ்-வை காட்டிலும் பெரியவர் எவரும் புரட்சியில் இப்போது இல்லை” என்று ஜார் மன்னனின் ரகசிய அறிக்கை கூறியது. எனவே லெனின் 1900 ஜூலை மாதம் ரஷ்ய எல்லையை கடந்து ஜெர்மனி வந்து சேர்ந்தார். சைபீரியாவில் இருந்தபோது கட்சியின் அமைப்பாளன் போன்று இருக்ககூடிய பத்திரிக்கை ஒன்றை துவங்கிட யோசித்தார். ஜெர்மனி வந்தவுடன் டிசம்பர் மாதம் அதற்கான பணிகளை துவக்கி, முதல் இதழை வெளியிட்டார். தீப்பொறி என்று பொருள்படும் இஸ்க்ரா என்று பெயரிட்டார். இப்பத்திரிக்கையில் பிளக்கனாவ், வோல்கா என்ற நதியின் பெயரில் கட்டுரைகளை எழுதினார். லெனின், லேனா என்ற நதியின் பெயரில் கட்டுரைகளை எழுதினார். இதுவே பிற்காலத்தில் லெனினாக மாறியது. தீப்பொறி பத்திரிக்கை பெரும் தீயாக மாறியதால் ஆட்சியாளர்களின் அடக்கு முறை அதிகரிக்கவே 1902-ம் ஆண்டு லண்டனுக்கும், 1903-ம் ஆண்டு ஜெர்மனிக்கும் மாற்றவேண்டிய நிலைமை ஏற்பட்டது.

1900 முதல் 1905-ம் ஆண்டுவரை வெளிநாட்டில் லெனின் தங்கியிருந்து புரட்சிப்பணிகளில் ஈடுபட்டார். 1905ம் ஆண்டு ரஷ்யாவில் புரட்சி வெடித்தது. லெனின் பீட்டர்ஸ்பர்க் சென்று புரட்சிக்கு நேரடியாக தலைமையேற்றார். இரண்டரை ஆண்டுகளுக்கு பிறகு புரட்சி தோல்வி அடைந்தது. பெரும் படிப்பினைகளுடன் லெனின் பின்லாந்து சென்று தங்கினார். அங்கு ஜார் அரசின் படைகள் முற்றுகையிட்டபோது ஆபத்து நிறைந்த பனிப்பாறைகள் மத்தியில் பல மைல்கள் நடந்து தப்பி ஸ்டாக் ஹோம் சென்றார்.

லெனின் தனது தாயை மூன்றாண்டுகளாக சந்திக்கவில்லை. 1910-ம் ஆண்டு 75 வயது நிரம்பிய தாய் ஸ்டாக்ஹோம் வந்து மகனை சந்தித்தார். மகனின் உரையையும் தாயார் கேட்டார். அதன்பிறகு லெனின் தாயார் ரஷ்யா திரும்விட்டார். 1917-ல் லெனின் ரஷ்யா திரும்பியபோது அவரது தாய் உயிருடன் இல்லை. 1916-ம் ஆண்டிலேயே அவர் மரணமடைந் திருந்தார்.

பச்சை அலுவல் அறை

1917-ம் ஆண்டில் புரட்சி நடைபெற்று ஜார் ஆட்சி தூக்கியெறியப்பட்டு கெரன்ஸ்கி தலைமையில் இடைக்கால அரசு உருவாகியிருந்தது. எனினும் லெனின், அதிகாரம் அனைத்தும் மக்களுக்கே என்ற கோஷத்தை முன்வைத்து புரட்சியை தொடர்ந்தார். இக்காலத்தில் இடைக்கால அரசும் லெனினையும் மற்ற போல்ஷ்விக்குகளையும் வேட்டையாடியது. லெனின் பெட்ரோகிராட்டில் தொழிலாளர் குடியிருப்பில் புல்அறுக்கும் பின்லாந்துக்காரன் போல் வேடமணிந்து தங்கினார். அரிவாள், கோடாரி, கவர்கோல், தூக்குகோணி என சகல கருவிகளுடன் வேடமணிந்து சுற்றினார். புதர்களில் ஒருஇடத்தில் சதுரமாக செடியை சுத்தம் செய்து அந்தப் பகுதியை தனது அலுவலகமாக பயன்படுத்தினார். இந்த இடத்தை லெனின், 'பச்சை அலுவல் அறை' என்று வர்ணித்தார்.

இடைக்கால அரசை அகற்ற புரட்சி உக்கிரமாக நடந்தபோது லெனின் ஸ்மோலானியாவில் புரட்சி நடவடிக்கைகளில் பங்கு கொண்டார். அக்டோபர் 25 இரவு இடைக்கால அரசின் குளிர்கால அரண்மனையை கைப்பற்ற லெனின் உத்தரவிட்டார். அரோரா கப்பல் வெடியுடன் தாக்கியது; இடைக்கால பூர்ஷ்வா அரசின் கடைசி அரணும் தகர்ந்தது. 1917 அக்டோபர் 25(நவம்பர்-7) சோசலிச அரசு நிறுவப்பட்டது.

புதிய சோசலிச அரசை அழித்தொழிப்பதற்காக ஜெர்மனி, அமெரிக்கா, ஜப்பான், பிரிட்டன் உட்பட 14 நாடுகள் கடும் தாக்குதலை தொடுத்தன. உள்நாட்டு பிற்போக்குவாதிகளும் இதற்கு உதவினர். சோசலிச தாயகம் ஆபத்தில் இருக்கிறது என லெனின் மக்களுக்கு அறைகூவல் விடுத்தார். தொழிலாளர்களும், இளைஞர்களும் போர்முனை நோக்கி விரைந்தனர். நாடே யுத்த களமாக மாறியது. இந்தச்சூழலில் 1918 ஆகஸ்ட் 30ல் கப்ளான் என்ற பிற்போக்குவாதி விஷம் தடவிய துப்பாக்கியால் லெனினை சுட்டான், லெனின் படுத்த படுக்கையானார். ஆனாலும் போர்முனை செய்திகள் அவரை குணமாக்கிக் கொண்டிருந்தது. செப்டம்பர் 12-ல் லெனின் சொந்த ஊரான ஸ்ம்பர்க்சை செம்படை மீட்டது. விரைவில் அடுத்தடுத்து ஏகாதிபத்திய படைகளை தோற்கடித்து, செம்படை வெற்றிகண்டது.

லெனின் காயம் ஆறிய பிறகு சோசலிசத்தை கட்டுவதில் அக்கறை செலுத்தினார், பொருளாதார கொள்கைகளில் கவனம் செலுத்தினார். லெனினின் கடின உழைப்பும், துப்பாக்கிக் குண்டும் அவரது உடலை சேதாரப்படுத்தியது, கடுமையாக நோய்வாய்ப்பட்டு கோர்க்கி கிராமத்தில் இருந்தார். 1923 நவம்பரில் தொழிலாளர்களை சந்தித்து பேசினார். இதுவே தொழிலாளர்களுடன் அவரது கடைசி சந்திப்பாகும். 1924-ம் ஆண்டு ஜனவரி மாதம் 21-ம் தேதி மாலை 6 மணி 50 நிமிடத்தில் மூளையின் ரத்த நாளம் வெடித்து லெனின் உயிர் மூச்சு நின்றது. ஜனவரி 27 மாலை 4 மணிக்கு லெனின் இறுதி நிகழ்ச்சி நடைபெற்றது. செஞ்சதுக்கத்தில் அவரது உடல் விசேஷமாக நிர்மாணித்த சமாதியில் வைக்கப்பட்டது.

சோவியத் மற்றும் சர்வதேச உழைப்பாளி மக்கள் தங்களது தலைவன், நண்பன், ஆசான், தோழனுமாகிய லெனினுக்கு ஐந்து நிமிடம் எல்லா வேலைகளையும் நிறுத்தி வைப்பதென பிரகடனம் செய்தனர். ஆம், அந்த ஐந்து நிமிடம் இயற்கை அசைவுகளைத் தவிர ஆலைகள், வாகனங்கள், ரயில்கள், அலுவலகம் என அனைத்தும் அசைவற்று இருந்து தனது அஞ்சலியை செலுத்தின.

லெனின் 54 ஆண்டுகளே வாழ்ந்தார், அவரின் உயிர் இருந்த காலத்தில் ஒவ்வொரு நொடியும், ஒவ்வொரு அசைவும் புரட்சி, புதுவாழ்வு என்பதை கட்டி அமைத்தது. 15-வது வயதில் துவங்கிய அவரது புரட்சி பயணம் இன்னமும் நிறுத்தப்படவில்லை, லெனினியம் என்ற பெயரால் தொடர்ந்து நடைபோடுகிறது.

5

உண்மை போன்றே எளிமையானவர்

(மாக்சிம் கார்க்கியின் நினைவுகளிலிருந்து லெனின்)

1924 ஜனவரி 21 ஆம் தேதி லெனின் மரணம் அடைந்தார். லெனின் சிறப்புகளை எல்லாம் இந்த உலகம் எண்ணற்ற வகையில் அறிந்திருக்கிறது. அவர் மார்க்சியத்தை வளர்த்தெடுத்தது, உலக கம்யூனிச இயக்கத்தை ஸ்தாபன அமைப்பை உருவாக்கி சமூக மாற்றத்திற்கான அடித்தளத்தை அமைத்தது என பல அம்சங்களை அறிந்து கொள்ள முடியும்.

லெனின் பிறந்த நாள் மற்றும் நினைவு நாளிலும், நாம் அவருக்கு செலுத்தும் உண்மையான புகழஞ்சலி, அவரின் சிந்தனைகளையும், செயல்களையும் கடைபிடிப்பதும் செயல்படுத்துவதும்தான். தலைமைப் பண்புகள் பற்றி பேசுவது எழுதுவதும் எளிது. கடைபிடிப்பது கடினமானது. லெனின் அதைக் கடைபிடித்தார் என்பதைவிட அதுஒரு பண்பாகவே அவரிடம் உறைந்துகிடந்தது அல்லது அவரது பண்பே தலைமை பண்பாக மாறியது என்றுகூட சொல்லலாம்.

இங்கே லெனினுடன் சமகாலத்தில் வாழ்ந்த உலகப் புகழ்பெற்ற எழுத்தாளர் மாக்சிம் கார்க்கி லெனினைப் பற்றி மாறுபட்ட முறையில் எடுத்துரைக்கிறார். லெனினுடைய ஆளுமைகள் அணுகுமுறைகள் மற்றவர்கள் கற்றுக்கொள்ள வேண்டிய முன்மாதிரியான அம்சங்களை மற்றவர்களுக்குச்

சொல்ல வேண்டும் என்பதற்காக மாக்சிம் கார்க்கி சொல்லவில்லை. லெனினை சந்தித்ததன் மூலம் அவருக்கு ஏற்பட்ட தாக்கத்தை இயல்பான முறையில் எடுத்துச் சொல்கிறார். லெனினுடன் சமகால நிகழ்வுகளைப் பற்றி தர்க்கம் செய்தவர் மாக்சிம் கார்க்கி. இருவருக்கும் இடையில் கருத்து வேறுபாடுகளும் கருத்து ஒற்றுமைகளும் இருந்தது. இருவருக்கும் இடையில் நடைபெற்ற விவாதங்கள் நெடியது மட்டுமல்ல கருத்துச் செறிவுள்ள விவாதங்களாக இருந்தன.

தாய் நாவல் உலகபுரட்சியாளர்களுக்கு ஒரு உந்து சக்தியாக இருக்கிறது. அதைபற்றி லெனினுடன் நடந்த விவாதத்தின் இறுதியாக அந்த நாவலைப் பற்றி லெனினின் மதிப்பீடுகளை கார்க்கி இவ்வாறு கூறுகிறார்:

“--என்னை சந்தித்ததும் தாய் நாவல் பற்றிய குறைபாடுகளை பற்றி பேசத் துவங்கிவிட்டார். இந்தப் புத்தகத்தை அவசரமாக எழுதியதாக நான் பதில்கூறினேன். அவசரப்பட்டது நல்லது. ஏராளமான தொழிலாளர்கள் தாமாக உந்தப்பட்டு புரட்சி இயக்கத்தில் கலந்து கொண்டனர். இப்போது இந்த தாய் நூலைப்படித்து பெரிதும் பயன் பெறுவார்கள் என்றார். மிகவும் காலத்திற்கு ஏற்ற புத்தகம் என்பதே அவர் கூறிய புகழுரை. இது எனக்கு நிதி கிடைத்தது போல் இருந்தது” என்று கார்க்கி நினைவு கூர்கின்றார்.”

லெனின் கருத்துக்களையும், அவரது சாதனைகளையும், வெற்றிகளையும் கூறிய அளவிற்கு அவரது உருவத்தையும் செய்கைகளையும் வார்த்தைகளால் காட்சிப்படுத்தியவர்கள் குறைவு. கார்க்கி, லெனினை இதோ இப்படிக் காட்சிப்படுத்துகின்றார்.

“லெனின் இப்படி இருப்பார் என்று நான் எதிர்பார்க்கவில்லை. அவரிடம் எதுவோ குறை எனக்கு தென்பட்டது. அவரது ரகர உச்சரிப்பு ஹகரம் போல் ஒலித்தது. அரைக்கோட்டுக்குள் கைத்துளைகளில் கட்டைவிரல்களை நுழைத்துக் கொண்டு நின்றார். மொத்தத்தில் எல்லாவிதத்திலும சர்வசாதாரணமாக இருந்தார். தலைவருக்கு உரிய எதுவும் அவரிடம் காணப்படவில்லை. நான் எழுத்தாளன். சில்லறை விஷயங்களை கவனிப்பது தொழில்முறையில் எனது கடமை. இந்தக்கடமை எனது வழக்கமாகிவிட்டது. வழுக்கைத்தலையரும் ரகரத்தை தொண்டையால் உச்சரிப்பவரும், கட்டுக்குட்டானவரும்,

பலமுள்ளவருமான இந்த மனிதரோ கிரேக்கஞானி சாக்ரடீசைப்போன்று நெற்றியை ஒரு கையால் தடவிக் கொண்டு மறுகையால் என்னை இழுத்தார்.''

ருஷ்ய சமூக ஜனநாயக தொழிலாளர் கட்சியின் 3வது மாநாடு 1903-ம் ஆண்டு ஜூலை 30 முதல் ஆகஸ்ட் 23 வரை 25 நாட்கள் 27 அமர்வுகள் நடைபெற்றது. 13 நாட்கள் பெல்ஜியம் நாட்டிலும் பிறகு காவல்துறை கெடுபிடியால் மீதிநாட்கள் லண்டனிலும் நடைபெற்றது. 57 பிரதிநிதிகள் கலந்து கொண்டனர். மாக்சிம் கார்க்கி இந்த மாநாட்டில் கலந்துகொண்டார். இந்த மாநாட்டில் லெனினின் உடல்மொழியின் எதிர்வினைகள் பற்றி கார்க்கி பதிவுசெய்கிறார்.

“லண்டனில் நடைபெற்ற கட்சி காங்கிரசில் கலந்துகொள்ளும் வாய்ப்பு எனக்கு கிடைத்தது. முதல் அமர்வில் பிளக்கானவ் உரை நிகழ்த்தியபோது போல்ஷ்விக்குகளின் இருக்கைப் பகுதியில் லெனின் அமர்ந்திருந்தார். மற்றவர்களை காட்டிலும் அடிக்கடி அசைந்து கொண்டிருந்தார். ஒரு சமயம் குளிர்வதுபோல் உடம்பை சுறுக்குவார். மறு சமயம் வெப்பமாய் இருப்பதுபோல் மேனியை பரப்புவார். விரல்களை கோட்டுக்குள் நுழைப்பார். ஒளிரும் தலையை வெட்டி அசைத்தவாறு மோவாயை தடவுவார். அருகிலிருந்த தோம்ஸ்கியிடம் கிசுகிசுப்பார். கட்சியில் திரிபுவாதிகள் இல்லை என்று பிளக்கானவ் பேசியபோது லெனின் குனிந்து கொண்டார். அவருடைய வழுக்கை சிவந்தது. ஒலியற்ற சிரிப்பில் தோள்கள் குலுங்கின''

சிக்கலான விஷயங்களை எளிமையாக விளக்குவது சிரமம் என்பதால் அதை கடந்துபோய்விடும் காலமிது. பொருளற்ற வார்த்தைகளால் காலத்தை இழுத்தும், வார்த்தை ஜாலங்களால் பக்கங்களை நிறைத்தும் ஒப்பேத்துகிற நிலை பலநேரங்களில் பலரிடமும் உள்ளது. ஆனால் லெனின் எப்படி பேசினார் என்பதை கார்க்கி இரத்தினச் சுருக்கமாக கூறுகின்றார்.

“---மாநாட்டினூடே லெனின் பரபரப்புடன் மேடை ஏறினார். தோழர்களே என்ற அர்த்தம் குறிக்கும் “தவாரிஷ்” என்ற ருஷ்ய சொல்லை குதலையாக உச்சரித்தார். அவர் நல்ல பேச்சாளர் அல்ல என்று எனக்குத் தோன்றியது. ஆனால் நிமிட நேரத்திலேயே மற்ற யாவரையும் போன்றே நானும் அவருடைய சொற்பொழிவால் வசீகரிக்கப்பட்டேன். மிகச்சிக்கலான அரசியல் பிரச்சனைகளை

பற்றி இவ்வளவு எளிமையாக பேசமுடியும் என்பதை அப்போதுதான் நான் முதன்முதலாக கேட்டறிந்தேன். இந்த மனிதர் அழகிய சொற்றொடர்களை புனைந்துரைக்க முயலவில்லை. ஆனால் ஒவ்வொரு சொல்லையும் நெல்லிக்கனிபோல் துலக்கமாக முன்வைத்து அதன் சரியான பொருளை ஆச்சரியமான எளிமையுடன் வெளிக்காட்டினார். அவர் ஏற்படுத்திய அசாதாரண உளப்பதிவை விவரிப்பது கடினம். கையை முன்நீட்டி சற்றே உயர்த்தி உள்ளங்கையால் ஒவ்வொரு சொல்லையும் எடைபோடுவது போன்ற பாவனையுடன் பேசினார்.--"

எளிமை என்பது பிரச்சாரமாக மாற்றப்படுகிற காலம் இது. நவீனங்களை எதிர்ப்பதும், அழுக்காக இருப்பதும்தான் எளிமை என்று குதர்க்கமான புரிதலும் உள்ளது. நவீனமய காலத்தில் எளிமை பற்றி பேசுவது எல்லாம் பழைய சிந்தனைகள் என்று அடிப்படையை புறந்தள்ளும் போக்கும் உள்ளது. எளிதில் அணுகுதல், மற்றவர்களின் மீதான அக்கறையின் பரப்பு, அதிகாரம் பதவிகளுக்கு அப்பாற்பட்டு மக்களுடன் இணைதல், சமூக அக்கறையுடன் அடித்தட்டு மக்களிடம் பணிபுரிதல் என்று எளிமை விரிவடைகிறது. தத்துவம், அரசியல், அமைப்பு, வர்க்கப் போராட்டம், என்பனவற்றில் பெரும் பங்காற்றிய தமிழகத்தின் தலைவர்கள் ஏ.பாலசுப்பிரமணி, பி.சீனிவாசராவ், எம்.ஆர். வெங்கட்ராமன், வி.பி.சிந்தன், ஏ.நல்லசிவன், ஆர்.உமாநாத். பாப்பா உமாநாத் தடம்பதித்தவர்களே. அதே நேரத்தில் திண்டுக்கல்லில் தோல்பதனிடும் தொழிலாளர்களிடம் தோழர் பாலசுப்பிரமணியின் பணியும், தஞ்சை சேரிகளில் சீனிவாசராவின் பணியும், சென்னை குடிசைப்பகுதிகளில் வி.பி.சிந்தனின் பணியும், குமரிமாவட்டத்தில் ஜெ.ஹேமச்சந்திரன் அவர்களின் பணியும் சமூக அக்கறைகளின் பரப்பை நமக்கு பறைசாற்றுகின்றது. இங்கே கார்க்கி, லெனினைப்பற்றி கூறுவது இன்னும் இந்த எளிமையின் எல்லையை சமூக அக்கறையின் பரப்பை விரிவடைய உதவுகிறது.

"---1918-ல் இலையுதிர் காலத்தில் ஒரு தொழிலாளியிடம் லெனினின் தனிச்சிறப்பு எது என்று கேட்டேன், "எளிமை, அவர் உண்மை போன்றே எளிமையானவர் என்று" தயங்காமல் பதிலளித்தான். இவர் நம்மவர் என்று லெனினைப்பற்றி ஒரு தொழிலாளி கூறினான். பிளக்கானவும் நம்மவர் என்று மற்றொருவன் மறுப்புக் கூறினான். பிளக்கானவ் நமது ஆசான். நமது எஜமான். லெனின் நமது தலைவர். நமது தோழர் என்று முதலாமவன்

பதிலளித்தான். நானும் முதன் முதலாக அவரை பார்த்த நேரத்தில் சர்வசாதாரணமாக இருந்தார். தலைவருக்குரிய எதுவும் அவரிடம் காணப்படவில்லை என்பதை கண்டு வியந்தேன். ஒருவர் கீழ் வேலைபார்ப்பவர்கள் அவரைப் பற்றி மற்றவர்களைவிட கடுமையாக விமர்சித்து இருக்கிறார்கள் என்பது அனைவருக்கும் தெரிந்ததே. ஆனால் பெருத்த அனுபவசாலியும், லெனினினுடைய காரோட்டியுமான கில் என்பவர் கூறும்போது, ''லெனின் அலாதியானவர், அப்படிப்பட்டவர்கள் வேறு யாரும் இல்லை. நான் அவரை வைத்து படபடப்புடன் காரோட்டியபோது தயவு செய்து கலவரப்படாதீர்கள்; எல்லோரையும் போலவே ஓட்டிச் செல்லுங்கள் என்று ஆசுவாசப்படுத்தினார்'' என்றார்.

லெனின் தொழிலாளர்களுடன் இணைந்தே வாழ்ந்துள்ளார். லெனின் துண்டுபிரசுரங்களை எழுதுகிறபோது ஒரு தொழிலாளியிடம் விவாதிக்காமல் எழுதமாட்டார் என்று நீலக்குறிப்பேடு என்ற புத்தகத்தில் படித்திருக்கிறேன். கார்க்கி, லெனின் தொழிலாளர்களுடனான இணைவை விளக்குகிறார்...

"தனக்கு ஓய்வு கிடைக்கும் ஒவ்வொரு நிமிடத்தையும் கூட லெனின் தொழிலாளர்களுக்கு நடுவே கழித்தார். அவர்களுடைய அன்றாட வாழ்க்கைப் பற்றிய அற்பமான.. சில்லரை விபரங்களைகூட விசாரித்தார். பெண்கள் நிலைமை என்ன? அவர்களுக்கு வீட்டு வேலை கடுமையாக இருக்கிறதா? ஏதாவது கற்றுக் கொள்கிறார்களா? படிக்கிறார்களா? என்று வினவினார். உணவு விடுதிகளுக்கு செல்லும்போது தொழிலாளர்களுடன் உரையாடிக்கொண்டே நடந்து செல்வார்."

அதிகாரத்தில் இருந்து கொண்டு அக்கறை காட்டுவதற்கும் அதிகார வேட்கைக்கு ஆட்படாமல் அடித்தட்டு மக்களிடம் அக்கறைபடுதற்கும் வேறுபாடு உண்டு. லெனின் அதிகாரமற்ற தலைமறைவு வாழ்க்கையிலும் அதிகாரத்தில் இருந்த காலத்திலும் அவரின் பண்புகள் மாறவில்லை. தொழிலாளர்களிடமிருந்து வேறுபட்ட உணவை சாப்பிடுவதற்குகூட கூச்சப்பட்டார். இந்த அக்கறையின் பரப்பெல்லை விரிந்துகொண்டே போகிறது. கார்க்கியின் நீண்ட அவதானிப்பு இதோ..

"அவர் தம்மைப்பற்றி அசட்டை பாராட்டுவது தெளிவாக புலப்பட்டது. தொழிலாளர்கள் விசயத்தில் அவர் காட்டிய அக்கறையும், பரிவும் எனக்கு வியப்பூட்டியது. அவர்களது

சாப்பாட்டுக்கு ஏற்பாடு செய்யும் பொறுப்பாளரிடம், ‘‘என்ன நினைக்கிறீர்கள்... தோழர்கள் சரியாக பசியாறவில்லையா... இறைச்சி வைத்த ரொட்டித்துண்டுகளை இன்னும் கொஞ்சம் அவர்களுக்கு கொடுக்கிறீர்களா...’’ என்று கேட்டுக்கொண்டே இருப்பார். நான் தங்கியிருந்த விடுதிக்கு வந்தவர் படுக்கை விரிப்பை கவலையுடன் தொட்டுப்பார்த்தார், என்ன செய்கிறீர்கள் என்று கேட்டேன், துப்பட்டிகள் ஈரமாக இருக்கின்றனவோ என்று பார்த்தேன். நீங்கள் உங்கள் ஆரோக்கியத்தை கவனித்துக்கொள்ள வேண்டுமென்று வலியுறுத்தினார்.”

“ஒருமுறை இத்தாலியின் காப்ரியில் இருந்தபோது காப்ரி மீனவர்களின் வாழ்க்கை பற்றியும், அவர்களுடைய வருவாய் பற்றியும், பாதிரிமார்களின் செல்வாக்கு பற்றியும், பள்ளிக்கூடத்தை பற்றியும் லெனின் விவரமாக விசாரித்தார். அவருடைய அக்கறைகளின் பரப்பு என்னை வியப்பில் ஆழ்த்தியது. ஒரு பாதிரி ஏழைக்குடியானவனின் மகன் என்று அறிந்ததும் பின்வரும் விபரங்களை சேகரிக்குமாறு அவர் அக்கணமே கூறினார். குடியானவர்கள் தங்கள் குழந்தைகளை அடிக்கடி மதப்பள்ளிகளுக்கு அனுப்புகிறார்களா? குடியானவர்களின் பிள்ளைகள் பாதிரிகளாக பணியாற்றுவதற்கு தங்கள் கிராமங்களுக்கே திரும்புகிறார்களா இல்லையா? உங்களுக்கு புரிகிறதல்லவா... இது தற்செயல் நிகழ்ச்சி அல்ல, இது வாட்டிகனின் தந்திரமான கொள்கையாகும் என்றார். மற்றவர்களைவிட இவ்வளவு உயரத்தில் இருந்தபோதிலும் அதிகார வேட்கையின் மயக்கத்திற்கு ஆளாகாமல் சாதாரண மக்களின்பால், உயிர்துடிப்புள்ள அக்கறையை இழக்காமலிருக்கும் சக்திபடைத்த வேறு மனிதரை என்னால் கற்பனை செய்து பார்க்க முடியவில்லை.”

தன்னடக்கம் ஒரு தலைவனுக்கு எவ்வளவு தலைசிறந்தது என்பதையும் தன்னை அனைத்திலும் துருத்திக் காட்டுவது எவ்வளவு தரம் தாழ்ந்தது என்பதை கார்க்கி லெனின் வழியாக பறைசாற்றுகிறார்.

“லெனினது மனஉறுதி பிரமிக்க வைத்தது. சிறந்த புரட்சிகர அறிவு ஜீவிகளுக்குரிய இயல்பான உயர் பண்புகளை அவர் பெருமளவில் பெற்றிருந்தார். அவருடைய தன்னடக்கம் தன்னை வதைத்துக் கொள்ளும் அளவிற்கும் தன்னை விகாரப்படுத்திக் கொள்ளும் தரத்திற்கும் கூர் ஆணிகளின்மீது படுக்கும் துறவியின் மனப்பாங்கிற்கு உயர்ந்துவிட்டது. தொல்லைகளும், பஞ்சமும்

நிறைந்த 1919-ம் ஆண்டில் வெளியூர்களில் இருந்து தோழர்களும், படைவீரர்களும், குடியானவர்களும் அனுப்பிய உணவு பண்டங்களை சாப்பிடுவதற்கு லெனின் கூச்சப்பட்டார். தமது வசதியற்ற இருப்பிடங்களுக்கு பார்சல்கள் கொண்டு வரப்பட்டதும் அவர் முகம் சுளிப்பார். கோதுமை மாவு, சர்க்கரை, வெண்ணெய் முதலியவற்றை நோயாளிகளுக்கும், அரைப்பட்டினியால் வலுவிழந்த தோழர்களுக்கும் விரைவில் விநியோகித்து விடுவார்."

"ஒருமுறை என்னை தன்வீட்டில் சாப்பிட அழைத்துவிட்டு புகையில் வாட்டிய மீனை ஆஸ்திரகான் தோழர்கள் அனுப்பியிருக்கிறார்கள் சாப்பிடலாம் என்றார். ஏதோ எஜமானனுக்கு அனுப்புவதுபோல் அனுப்புகிறார்கள். இதை தவிர்ப்பது எப்படி? வேண்டாம் என்று மறுப்பது முறையாகாது; அவர்கள் மனம் புண்படும். மக்களோ எங்கும் பட்டினியால் வாடுகிறார்கள் என்றார். அவர் எளிதில் திருப்தி அடைபவர். மது அருந்துவதோ, புகை பிடிப்பதோ அவருக்கு பழக்கமில்லை. காலை முதல் இரவு வரை சிக்கலான கடும் வேலைகளில் முனைந்திருப்பார். தன் சௌகரியங்களை கவனித்துக்கொள்ள அவரால் முடியவே முடியாது. ஆயினும் தோழர்களின் வாழ்க்கையை கூர்ந்து கவனித்து வந்தார். ஒரு நாள் அவர் தம் அலுவலக அறையில் உட்கார்ந்து மளமளவென்று ஏதோ எழுதிக் கொண்டிருந்தார். நான் போனதும் காகிதத்திலிருந்து பேனாவை எடுக்காமலே, வணக்கம், சௌக்கியமா, இதோ முடித்துவிடுகிறன். ஒரு தோழர் வெளியூரில் இருக்கிறார்; சலிப்படைந்து விட்டார்; களைத்துப்போய்விட்டார். அவரை உற்சாகப்படுத்துவது அவசியம். மனநிலை முக்கியமானதாயிற்றே என்றார். "

"1921-ம் ஆண்டு அவர் நோய்வாய்ப்பட்டிருந்தார். அப்போது எனக்கு ஒரு கடிதம் எழுதினார். நீங்கள் வெளிநாடு போக மறுக்கிறீர்களா? இது மகா மோசம். இதயமற்ற, யோசனையற்ற செயல். ஐரோப்பாவில் நல்ல உடல்நல விடுதியொன்றில் உங்கள் வியாதியும் குணமாகிவிடும். நீங்கள் மும்மடங்கு வேலை செய்யமுடியும். ஓராண்டுக்கு மேலாக நான் ருஷ்யாவிலிருந்து வெளியேறி எனது உடல்நலத்தை கவனிக்கவேண்டும் என்று அவர் ஆச்சரியமூட்டும் பிடிவாதத்துடன் வற்புறுத்தி வந்தார். கடும் வேலையில் ஒரேயடியாக மூழ்கியிருந்த அவர் எவனோ, எங்கோ நோய்வாய்ப்பட்டிருக்கிறான், அவனுக்கு ஓய்வு வேண்டுமென்பதை எப்படி நினைவில் வைத்துக்

கொள்ளமுடிந்தது. இது என்னை வியப்பில் ஆழ்த்தியது. மேலே எடுத்துக்காட்டியதுபோன்று பல நூறு கடிதங்களை அவர் பல்வேறு மனிதர்களுக்கு எழுதியுள்ளார்.

தோழர்களின் பால் லெனின் கொண்டிருந்த தனிவகையான அக்கறை அவர்களுடைய வாழ்க்கையின் முக்கியமற்ற சில்லரை விபரங்களை உட்பு குந்து கண்டுகொள்ளும் அவருடைய ஆழ்ந்த கவனம் பற்றி நான் ஏற்கனவே குறிப்பிட்டுள்ளேன், அறிவுள்ள எஜமானன் நேர்மையும், திறமையும் கொண்ட தனது ஊழியர்களின் பால் வெளிப்படுத்தும் தன்னலம் வாய்ந்த அக்கறையை அவரது இந்த உணர்வில் ஒருபோதும் என்னால் காணமுடியவில்லை. இது உளமார்ந்த தோழனின் மனப்பூர்வமான கவனம். சமமானவர்கள் மீது சமமானவர் காட்டிய அன்பு. விளாதிமீர் லெனினுக்கு அவரது கட்சியில் இருந்த மிகப்பெரிய மனிதர்கள்கூட இணையாக முடியாது என்பதை நானறிவேன். ஆனால் இந்த விஷயத்தை அவர் தாமே அறிந்திருக்கவில்லை, அல்லது அறிய விரும்பவில்லை என்றுகூட கருதலாம்.

மற்றவர்களுடன் அவர் வாதாடுகையில் கடுமையாகவும் கூர்மையாகவும் தாக்குவார். இரக்கமின்றி எள்ளி நகையாடுவார். சில வேளைகளில் குத்தலாக நையாண்டி கூட செய்வார். ஆனால் அடுத்த நாள் யாரை தாக்கி படுகேலி செய்தாரோ அவர்களைப்பற்றி பேசுகையில் அவர்களுடைய திறமைகள் குறித்தும், அசையாத நெஞ்சுறுதி குறித்தும் உளமார்ந்த வியப்புடன் பேசியதை நான் எத்தனையோமுறை கேட்டிருக்கிறேன்--"

மிகப்பெரும் மக்கள் தலைவர்கள், சிந்தனையாளர்கள், புரட்சியாளர்கள் போன்றவர்கள் நகைச்சுவை தன்மையற்றவர்கள்; அவர்களுக்கு சிரிக்கவே தெரியாது என்ற வெகுஜன கருத்துப்பதிவு உள்ளது. அவர்களுக்கு அதற்கான நேரம் இருக்காது என்ற கருத்தும் இருக்கிறது. ஆனால் உண்மை இதற்கு நேர்மாறானது. லெனினின் இந்த ஈடுபாட்டை கார்க்கி சுவைபடவே விளக்கியுள்ளார்.

"---லெனின் சிரிப்பார்: மனம் விட்டுச்சிரிப்பார்; அவர்போல் மற்றவர்களை எளிதில் தொற்றிக்கொள்ளும் விதத்தில் மனம்விட்டு சிரித்த எவரையும் நான் கண்டதில்லை. மிகச்சிறந்த யதார்த்தவாதி. மாபெரும் சமூக துன்ப நிகழ்ச்சிகளில் தவிர்க்க இயலாமையை தெளிவாக கண்டுணர்ந்து வெளிப்படுத்துவார். முதலாளித்துவ உலகின் மீது சமரசப்படுத்த முடியாத ஊசலாட்டமற்ற

வெறுப்பு பாராட்டுவார். இத்தகைய மனிதனால் குழந்தைபோல கண்ணீர் வரும் அளவிற்கு புரையேறும்படி சிரிக்கமுடியும் என்பதை காணவே விந்தையாக இருந்தது. இவ்வாறு சிரிப்பதற்கு ஒரு வலுவான உள ஆரோக்கியம் கொண்டிருப்பது அவசியம். அவர் என்னைப் பார்த்து நீங்கள் சிரிக்க சிரிக்க பேசுகிறீர்கள் என்று நகைத்துக்கொண்டே கூறுவார். இதைநான் எதிர்பார்க்கவே யில்லை. மிகவும் வேடிக்கையாக இருந்தது. பிறகு சிரிப்புக் கண்ணீரை துடைத்துக்கொண்டு பரிவும், கனிவும் தோன்ற ஆழ்ந்த முறையில் பேசினார். தோல்வியை விளையாட்டாக எடுத்துக் கொள்ள உங்களால் முடிவது நல்லது. நகைச்சுவை என்பது நேர்த்தியான நல்ல தன்மைதான். நான் வேடிக்கைப் பேச்சை நன்றாக புரிந்துகொள்கிறேன்; ஆனால் அப்படி பேசும் திறன் எனக்கு இல்லை. வாழ்க்கையில் வேடிக்கை நிகழ்ச்சிகள் துயர நிகழ்ச்சிகளைவிட குறைவில்லை. நிச்சயமாக குறைவில்லை என்று கூறினார்.

அவருடைய சிரிப்பில் பெருத்த கவர்ச்சி இருந்தது, மனித அறிவினத்தின் பாங்கின்மையும் அறிவின் தந்திரமான கர்ணவித்தைகளை நன்கு காணக்கூடியவராக இருந்தும் சாதாரண மக்களின் குழந்தைத்தன்மை நிறைந்த வெகுளித்தனத்தில் இன்புறுவதில் வல்லவராயிருந்த மனிதனின் உளமார்ந்த சிரிப்புதான் அது. நேர்மையுள்ள மனிதன்தான் இப்படி சிரிக்கமுடியும் என்று ஒரு முதிய மீனவன் அவரைப்பற்றி கூறினான். மனிதர்களின் துன்பங்கள் மீது லெனினுக்கு இருந்த சமரசப்படுத்தவோ, தணிக்கவோ முடியாத பகைமை உணர்வும், இழிவு நிலைகளை மனிதர்கள் தங்களிடமிருந்து அகற்ற வேண்டும், அவர்களால் அதை அகற்ற முடியும் என்பதிலும் அவர் கொண்டிருந்த ஒளிவீசும் நம்பிக்கையும்தான் அவரது பண்புகளில் மிகவும் மேன்மை வாய்ந்தவை என்பது எனது கருத்தாகும்.

உற்சாக பெருக்கம் லெனினுடைய சுபாவத்தில் இயல்பாக இருந்தது. அது சூதாடுபவனின் தன்னலமுள்ள கிளர்ச்சியல்ல. தனிவகையான உளமகிழ்ச்சி. தாம் மேற்கொண்ட பணியில் அசையாத நம்பிக்கை கொண்டவருக்கு மட்டுமே இத்தகைய உளமகிழ்ச்சி இயல்பாகும். இம்மாதிரி மனிதர் உலகத்துடன் தம் உறவை எல்லா புறங்களிலிருந்தும் ஆழ்ந்து உணர்வார். உலகின் குழப்பத்தில் தமது பாத்திரத்தை அதாவது குழப்பத்தின் பகைவன் என்ற பாத்திரத்தை முழுமையாக புரிந்துகொள்வார். ஒரே மாதிரி

ஈடுபாட்டுடன் சதுரங்கம் விளையாடுவது, ஆடையின் வரலாற்றை ஆராய்வது; தோழர்களுடன் மணிக்கணக்கில் விவாதிப்பது; மீன் பிடிப்பது; வெயிலில் நன்றாக காய்ந்த பாறைகளில் நடப்பது போன்ற திறன்களை லெனின் ஒருசேரப் பெற்றிருந்தார். மாலை நேரங்களில் எனது நாட்டுப்புற கதைகளை கேட்டு பொறாமை பொங்க பெருமூச்சுவிட்டார்.

தனது இயல்பான `ஹிம்..`ஹிம்.. என்ற அவரது வியப்பொலியில் எத்தனையோ அர்த்தங்களை தொனிக்கும்படி செய்தார். நஞ்சு தோய்ந்த குத்தல் முதல் எச்சரிக்கை நிறைந்த சந்தேகம் வரை அந்த `ஹிம்.. என்ற ஒலி வேறு வேறு அர்த்தங்களை வெளியிட்டது. கூரிய பார்வை உள்ளவரும், வாழ்க்கையின் பேய்த்தனமான அபத்தங்களை நன்றாக அறிந்த மனிதருக்கு மட்டுமே இந்த கிண்டல் ஒலி அடிக்கடி ஒலித்தது----”

யானை வரும் பின்னே மணியோசை வரும் முன்னே என்ற பழமொழி தமிழகத்தில் உள்ளது. இங்கே குட்டித்தலைவர்களின் வருகை கூட பரபரப்பாக் கப்பட்டுத்தான் நிகழ்வுகள் நிறைவேறும். வந்தவர் என்ன சொன்னார் என்பதை விட அவரின் அதிகாரமும் பதவியும் என்ன என்பதையொட்டித்தான் பொதுக் குழுக்கள் முதல் சிறுகுழுக்கள் வரை செயல்படும். ஆனால் இங்கே கார்க்கி எதிர்மறையான சம்பவத்தை நம்முன் காட்சிப்படுத்துகிறார்.

“---முன்பு பீரங்கிப்படை வீரராக இருந்த ஒரு போல்ஷ்விக்கின் புதிய கண்டுபிடிப்பை காண பீரங்கிப்படை தலைமை அலுவலகத்திற்கு அழைத்தேன். இதில் எனக்கு என்ன புரியும்? என்று கேட்டுவிட்டு என்னோடு வந்தார். அரை இருட்டாக இருந்த அந்த மேசையின் மீது அந்த இயந்திரம் வைக்கப்பட்டிருந்தது. ஏழு ஜெனரல்கள் மேசையை சுற்றி இருந்தார்கள். எல்லொரும் நரைத்த மீசைக்கார கிழவர்கள். தேர்ந்த கல்விமான்கள். சிவில் உடையில் இருந்த லெனின் அவர்கள் நடுவே புதைந்து போனார். இயந்திரத்தின் கண்டுபிடிப்பாளர் விளக்கிய பிறகு லெனின் மளமளவென்று கேள்விகள் கேட்டார். இயந்திரத்தின் இலக்கு, தானியங்கி முறை, வீச்சு எல்லை என்று அவரது கேள்விகள் விரிந்தது. கண்டுபிடிப்பாளரும். ஏழு னெரல்களும் அவருக்கு உற்சாகமாக விளக்கினர். மறுநாள் அந்த இயந்திர கண்டுபிடிப்பாளர் என்னிடம் நீங்கள் ஒரு தோழருடன் வருவீர்கள் என்றுதான் நான் ஜெனரல்களிடம் அறிவித்தேன். ஆனால் அந்த தோழர் யார் என்று சொல்லவில்லை. ஆரவாரமும்

பகட்டும் காவலும் இல்லாமல் அவர் வருவார் என்று அவர்களால் நம்பமுடியவில்லை. நீங்கள் சென்றவுடன் இவர் யார் தொழில் நுட்ப அறிஞரா? பேராசிரியரா? என்று கேட்டார்கள். லெனின் என்றேன். அவர்களுக்கு ஆச்சரியம் தாங்கமுடியவிலலை. என்ன...? இருக்கவே முடியாது? நம்முடைய துறைபற்றி அவர் எங்கிருந்து இவ்வளவு கற்றுக்கொண்டார்? என்றார்கள். அவர்களுக்கு ஒரே மர்மம். தங்கள் இடத்துக்கு வந்தவர் லெனின்தான் என்பதை அவர்கள் நம்பவே இல்லை போலும்--"

முதலாளித்துவ உலகம் லெனினை மிகப்பெரும் எதிரியாக கருதி தாக் குதலை தொடுத்ததற்கான காரணங்களை கார்க்கி புரிந்துகொண்டார். ஆனால், கட்சிக்குள் இருந்த மென்ஷ்விக்குகள், சீர்திருத்தவாதிகள், சமரசவாதிகளின் பகைமை தாக்குதல்கள் ஏன் தீவிரமடைகின்றன என்று சிந்தித்த கார்க்கி கீழ்கண்டவாறு கூறுகிறார். "சித்தாந்தத்தின் உச்சியிலிருந்தே கட்சியால் தனக்குள் நிலவும் கருத்து வேற்றுமைகளின் காரணங்களை காண முடியும் என்ற இயல்பான எண்ணமே லெனின்பால் பகைமையை தூண்டிவிடுகிறது என்பதைக் கண்டு வியப்பும் வருத்தமும் உண்டாயின"

லெனினின் அசாதாரண திறமைபற்றி, அவரது அறிவு, சமூக அவலங்கள் மீது அவருக்கு இருந்த தீராத கோபங்கள் பற்றி கார்க்கி நிறைய பேசி உள்ளார். ருஷ்யபுரட்சியில் அறிவுஜீவிகள் பங்கு பற்றி இருவருக்கும் நடைபெற்ற விவாதங்கள், கருத்து மோதல்கள் மிகவும் ஆழமானது மட்டுமல்ல அவசியமாக படிக்கவேண்டியதும் கூட. படிக்க படிக்க லெனினின் பரிணாமம் பரந்தும் ஆழ்ந்தும் சென்றுகொண்டிருக்கிறது. நடைமுறைபடுத்த முடியாத சித்தாந்தம் காலாவதியானது. நடைமுறைப்படுத்தி மேம்படுத்தக்கூடிய சிந்தாந்தம் அறிவியல் பூர்வமானது. சித்தாந்தம் சொல்லுக்கும் செயலுக்கும் இடைவெளி அதிகமானால் சித்தாந்தசொல் புனிதமாக்கப்பட்டு பூஜைஅறைக்குள் சென்றுவிடும். எனவே கீழ்கண்ட லெனின் வார்த்தைகள் நமக்கு வழிகாட்டியாக அமையட்டும். சித்தாந்தம் நடைமுறையுடனான மோதலில் சிதைந்து விடுமோ என்று அஞ்சிய துரோகிகளைப் பார்த்து லெனின் "சித்தாந்தப் புனைவுகோள் எங்களுக்கு புனிதமான பொருள் அல்ல. எங்களுக்கு இது வேலை செய்வதற்கான கருவி" என்றார்.

6

இந்திய வரலாற்றியலின் வழிகாட்டி

நிகழ்வுகளை பதிவு செய்பவன் வரலாற்றாளன். உண்மைகளை தேடுபவன் கலைஞன் என்பது லியோ டால்ஸ்டாயின் கூற்று. இதையும் கடந்து கோசாம்பி வரலாற்றாளனாகவும், கலைஞனாகவும், களப்பணியாளனாகவும் இந்திய வரலாற்றுத்துறையில் தனது முத்திரையை பதித்துள்ளார். இந்தியாவிற்கு என்று வரலாறு கிடையாது. சில பாகங்கள் மட்டுமே உள்ளன என்று கூறிய அறிஞர்களின் கருத்துக்களைக்கூட கட்டுடைத்து இந்திய வரலாற்றை மறுகட்டமைப்பு செய்தவர் கோசாம்பி. இந்திய வரலாற்று ஆய்வில் மார்க்சியத்தின் வரலாற்றுப் பொருள்முதல்வாதத்தை முதலில் உரியமுறையில் பொருத்தி வெற்றி கண்டவர்.

கற்றதனைத்தும் ஊறும் அறிவு

1907-ம் ஆண்டு ஜூலை 31-ம்தேதி போர்ச்சுகல் ஆட்சியின் கீழிருந்த கோவாவில் கோஸ்பன் என்ற இடத்தில் கோசாம்பி பிறந்தார். 1918ம் ஆண்டு அமெரிக்காவின் ஹார்வர்டு இலக்கணப் பள்ளியிலும் 1920-ம் ஆண்டு கேம்பிரிட்ஜ் லத்தீன் பள்ளியிலும் பயின்றார். இவரது அறிவாற்றலால் 1923ம் ஆண்டு ஹார்வர்டு பல்கலைக்கழகத்தில் நுழைவுத்தேர்வின்றி கல்விஉதவித் தொகையுடன் இடம் கிடைத்தது. ஒரே வருடத்தில் 18

பாடப்பிரிவுகளை எடுத்து படித்து தேர்ச்சி பெற்றார். 1929.ம் ஆண்டு பி.ஏ.பட்டம் பெற்றார். தொடர்ந்து படிக்க விருப்பமின்றி, போதிக்கவும் சுதந்திரமான ஆராய்ச்சியில் ஈடுபடவும் இந்தியா திரும்பினார்.

1931 வரை பனாரஸ் இந்து பல்கலைக்கழகத்தில் கணிதப் பேராசிரியராகவும், ஜெர்மன்மொழி பேராசிரியராகவும், 1932 வரை அலிகார் முஸ்லிம் பல்கலைக்கழகத்தில் கணிதப் பேராசிரியராகவும் பணியாற்றினார். ஐரோப்பிய மொழிகள் பலவும் அவருக்கு சரளமாக தெரிந்திருந்ததால், அவரது ஆரம்பகால கட்டுரைகள் சிலவற்றை பிரெஞ்சு, இத்தாலியன் மற்றும் ஜெர்மன் பத்திரிகைகளில் அந்தந்த மொழிகளில் வெளியிட அனுமதி கிடைத்தது. இதன்பிறகு 1932 முதல் 1945 வரை புனேயில் புகழ்பெற்ற பெர்குசன் கல்லூரியில் கணிதம் மட்டுமின்றி பல்வேறு தலைப்புகளில் பாடம் நடத்தினார். மனப்பாட கல்விமுறைக்கு மாற்றாக ஆய்வுமுறைக்கு முக்கியத்துவம் கொடுத்தார். இதனை மாணவர்கள் விரும்பாததால் அங்கிருந்து 1945-ல் இராஜினாமா செய்தார். இக்காலத்தில் கோசாம்பிக்கு ஹோமி ஜஹாங்கிர் பாபாவுடன் தொடர்பு ஏற்பட்டு அவரது டாடா அடிப்படை ஆய்வு மையத்தில் கணிதப் பேராசிரியராக இணைந்தார். 16ஆண்டுகள் இங்கு கணிதத்துறையின் தலைவராக பணியாற்றினார். கோசாம்பியின் ஆராய்ச்சிகளை மேம்படுத்துவதற்கு இந்த காலகட்டம், பேருதவியாக இருந்தது.

1947ல் ஜனவரியில் ஜவஹர்லால் நேரு தலைமையில் கூடிய இந்திய அறிவியல் காங்கிரஸிற்கு கணிதத்துறை விவாதத்திற்கு தலைமையேற்றார். 1948-49ம் ஆண்டுகளில் யுனெஸ்கோ சார்பில் அமெரிக்கா, இங்கிலாந்து நாடுகளுக்கு பயணம் செய்தார். அமெரிக்காவின் சிகாகோ பல்கலைக் கழகத்தில் கௌரவப் பேராசிரியராக 36 சிறப்பு சொற்பொழிவுகளை நிகழ்த்தினார். இதே காலத்தில் கணிணி இயந்திரம், கால்குலேட்டரையும் முழுமையாக கற்றுத் தேர்ந்தார்.

ஆல்பர்ட் ஐன்ஸ்டீனுடன் சந்திப்பு

1949-ல் அமெரிக்காவின் பிரின்ஸ்டன் நகரில் இருந்தபோது அங்கிருந்த ஆல்பர்ட் ஐன்ஸ்டீனுடன் சந்தித்து விவாதம் நடத்தினார். இந்த சந்திப்பிற்கு முன்பு கோசாம்பி சார்பியல் கோட்பாடு தொடர்புடைய பல கணித ஆய்வுக்கட்டுரைகளை வெளயிட்டிருந்தார். இதுபற்றிய முழுமையான ஆய்வில் இருந்த

ஐன்ஸ்டீனுடன் விவாதித்தார். 1930 ஆம் ஆண்டு இந்தியன் ஜர்னல் ஆஃப் பிசிக்ஸில் தனது முதல் ஆய்வுக் கட்டுரையை "நீள்வட்ட சுற்றுப்பாதையின் முன்னோட்டங்கள்" என்பதை வெளியிட்டிருந்தார்.

1942ம் ஆண்டுகளிலேயே இடதுசாரி சிந்தனை கருத்தோட்டத்துடன் காணப்பட்ட அவர், 1948லிருந்து உலக சமாதான இயக்கங்களில் தீவிரமாக ஈடுபட்டார். 1950ம் ஆண்டுக்குபிறகு இந்திய வரலாற்றியலில் ஆய்வுகளை தீவிரப்படுத்தினார். பல இந்திய மொழிகளுடன் பிரெஞ்சு, லத்தீன், ஜெர்மன், கிரேக்கம் போன்ற மொழிகளிலும் தேர்ச்சி பெற்றிருந்தார். நீச்சல், பனிசறுக்கு, மலைஏறுதல், உடற்பயிற்சி போன்றவற்றிலும் ஈடுபட்டார். 1966 ஜூன் 29 அன்று இதய நோயால் மரணம்அடைந்தார். இவர் ஒரு கணிதப் பேராசிரியராகப் புகழ் பெற்றிருந்தாலும் இவரது வரலாற்று ஆய்வுகளே இன்றளவும் பிரதான இடம் வகிக்கின்றது.

பன்முக பங்களிப்பு

கோசாம்பி பல்துறை அறிஞராக திகழ்ந்தார். கணிதவியல், காசுஇயல், புள்ளியியல், இனமரபு, வடிவியல், அரசியல்-பொருளாதார ஆய்வுகள், இந்தோலாஜி, வரலாறு எனபல துறைகளிலும் ஆய்வு செய்து குறிப்பிடத்தக்க முத்திரைப் பதித்துள்ளார். இனமரபு பண்புக்கூறுகளின் இடைவெளி பற்றிய இவரது விதிமுறைகள் பண்டைய பண்புவழி மரபியலில் முக்கிய பங்கு வகிக்கின்றது. நாணயங்கள் பற்றிய இவரது ஆய்வுகளே காசு இயலை சரியானபடி ஒரு ஆய்வுத்துறையாகவே மாற்றி அமைத்தது. இவரது சிறிய கற்காலக்கருவிகளின் சேகரிப்பு, பிராமிக் கல்வெட்டின் கண்டுபிடிப்பு. போன்றவை தொல்பொருள் ஆராய்ச்சிக்கு முக்கிய பங்காற்றியது. காசுஇயலிலும். தொல்பொருள் ஆய்விலும். பண்டைய வரலாற்றிலும், புள்ளியியலை இணைக்கும் பணியினை சிறப்பாக செய்தார்.

கோசாம்பி இறந்து 14 ஆண்டுகள் கழித்து பல்கலைக்கழக மானியக் குழு அவருக்கு விருது வழங்கியது. எதற்கு தெரியுமா? அறிவியலை சமூகத்துடன் இணைப்பதில் அவர் ஆற்றிய பங்களிப்பிற்காக இந்த விருது கிடைத்தது. அறிவியல் கண்டுபிடிப்பின் கணமும் அதன் தனிச்சிறப்பும் சமூகத்திற்கு அதன் முக்கியத்துவம் என்ன என்பதை சார்ந்துதான் உள்ளது. இன்றியமையாமையை கண்டுகொள்வதே சுதந்திரம்;

இன்றியமையாமையை கண்டுகொள்வதே அறிவியல் என்று அறிவியலை சமூக நோக்கோடு இணைத்தார்.

வரலாற்றியலில் மார்க்சியத்தின் பொருத்தப்பாடு

இந்தியாவிற்கு வரலாறு கிடையாது. ஆங்கிலேயர்கள்தான் வரலாற்றையே கொடுத்தனர் என்று மேலைநாட்டு அறிஞர்கள் எழுதினர். இந்தியாவின் பண்பாடு, நாகரீகம் என்றால் அது ஆங்கிலேயரும் அதற்கு முன்வந்த அந்நியர்களின் ஆதிக்கத்திலிருந்து தோன்றியது என்றும் இகழ்ச்சியாக எடுத்துக்கூறினர். இதை மறுத்துஎழுதும் போக்கு உருவானபோது இந்தியாவின் பழம்பெருமைகளை பேசுவதாகவும், இந்தியாதான் அனைத்துக்கும் முன்னோடி என்றும் எழுத ஆரம்பித்தனர். தேசபக்தியின் காரணமாக நவீன இந்திய வரலாற்றில் அந்நியர்களின் பங்கை சிலர் குறைத்து மதிப்பிடவும் செய்கின்றனர். இதிலிருந்து மாறுபட்ட முறையில் கோசாம்பியின் அணுகுமுறை இருந்தது.

கடந்த காலத்தின்மீது அன்பு செலுத்துவதோ அல்லது கடந்த காலத்திலிருந்து தன்னைவிடுவித்துக் கொள்வதோ ஒரு வரலாற்று ஆசிரியனின் பணியல்ல என்ற பார்வையுடன் தனது ஆய்வை மேற்கொண்டார். இந்தியாவில் ஆய்வை மேற்கொள்வதிலும், படிப்பதிலும், கிரகித்துக்கொள்வதிலும் இருந்த குறைபாடுகளால், இந்தியாவிற்கு வரலாறு இல்லை என்று கூறமுடியாது. ரோம் அல்லது கிரீஸ் நாட்டைப் போலவும், சீனத்தின் அரண்மனைக் குறிப்புகள் போலவும் ஆதாரங்கள் இல்லாமல் இருக்கலாம். ஆனால் அதுமட்டுமே வரலாறு ஆகாது.

அடுத்தடுத்துவரும் ஆதிக்கவெறி தலைக்கேறிய பித்தர்களின் பெயர்களும், பெரும் போர்களுமே வரலாறு என்றால் அப்படிப்பட்ட இந்திய வரலாற்றை எழுதுவது கடினமாகும். ஒரு மன்னனின் பெயரை அறிவதைவிட விவசாயம் செய்வதற்கு மக்களிடம் ஏதாவது இருந்ததா? இல்லையா? என்பதே சரித்திரம். அப்படிப்பட்ட சரித்திரம் இந்தியாவிற்கு உண்டு என்பதில் சந்தேகம் இல்லை. உற்பத்தி சாதனமுறைகளிலும் உற்பத்தி உறவுகளிலும் தோன்றிவந்த மாறுதல்களை காலவரிசை கிரமமாக எடுத்துரைப்பதே வரலாறு என்றார். பண்டைய நாகரிகத்தின்மீது இருந்த தவறான மதிப்பீடுகளை மறுகட்டமைப்பு செய்தார். பூர்வீகப் பண்பாடு குறித்துபேசுகையில் நிலபிரபுத்துவம் அல்லது பூர்ஷ்வா முறையின் தொடர்பினால் ஏற்பட்ட கொடூரமான

உடன்விளைவுகளே இவற்றை இழிவுபடுத்தின என்றார். பிறநாடுகளுடன் ஒப்பிட்டு இந்தியாவின் வளர்ச்சி தனக்கே சொந்தமான வழியில் கூடுதலான நாகரிகத்தன்மை உடையதாகும் என்று வரையறுத்தார்.

பண்டைக்கால வரலாற்றில் வன்முறைகளைப்பற்றி பேசுகிறபோது, இந்தியாவில் பழமையான வழிபாடுகளும், அமைப்புகளும் வன்முறைகளால் அழிக்கப்படாமல் அவை செரிமானம் செய்யப்பட்டன. வன்முறையின் தேவையை மூடநம்பிக்கை குறைத்து விட்டது. இந்திய வரலாறு செல்லும் திசையில் சில உயர்வான தன்மைகள் தோன்றியதை இது எடுத்துக் காட்டுகிறது என்றார்.

மார்க்சியம் சிந்னைக்கு மாற்று அல்ல

*1949*ல் கம்யூனிஸ்ட் கட்சியின் பிரபலமான தலைவராக இருந்த எஸ்.ஏ.டாங்கேயின் இந்தியா: புராதன கம்யூனிசத்திலிருந்து அடிமைச் சமூகம் என்ற நூல் வெளியிடப்பட்டது. இந்த நூலில் உள்ள பெரும் தவறுகளையும், மொழி நடையின் பலவீனத்தையும் கடுமையாக கோசாம்பி விமர்சித்தார். மார்க்சியத்தின் கோட்பாடுகளை அப்படியே வறட்டுத் தனமாக இந்திய சமுதாயத்திற்கு பொருத்தக்கூடாது. இந்திய சமுதாயத்தின் வளர்ச்சிப் போக்குகளை ஆய்வுசெய்து அதிலிருந்து முடிவுக்கு வரவேண்டும். நமது நாட்டில் திரட்டப்பட்டுள்ள ஆதாரங்களை பகுப்பாய்வு செய்து வகைப்படுத்தியது அனைத்தும் அந்நியர்கள் ஆவர். இந்த ஆதாரங்கள் மீது அவர்களின் தேசியச் சாயத்தையும், வர்க்கச் சார்பு நிலையையும் விட்டுச்சென்றுள்ளனர் என்பதை புரிந்து கொள்ள வேண்டும்.

எனவே பதிவு செய்யப்பட்ட ஆதாரங்களை கவனமாக கையாள்வதும். பதிவு செய்யப்படாத பழக்க வழக்கங்களை பதிவு செய்து பகுத்தாய்ந்து முடிவுக்கு வரவேண்டும் என்பதில் உறுதியாக இருந்தார் கோசாம்பி. டாங்கேயின் மேற்கண்ட நூலை விமர்சிக்கும்போது மார்க்சியம் என்பது சிந்தனைக்கு மாற்று அல்ல: பகுத்தாய்வதற்கான கருவி என்ற எச்சரிக்கையை விடுத்தார். இது மார்க்சிய முறையிலான ஆய்விற்கு மாபெரும் ஆயுதமாக மாறியது. இதே போன்று வரலாற்றில் தேசியவாதம் என்ற பெயரில் தீய சூழ்ச்சிகளுக்கு துணைபோவதையும், வகுப்புவாத வஞ்சனை சாயம் பூசுவதையும் கோசாம்பி என்றுமே

அனுமதித்ததில்லை. கே.எம்.முன்ஷி மற்றும் ஆ.ச.மஜூம்தார் ஆகியோர் பதிப்பித்த இந்திய மக்களின் வரலாறும் பண்பாடும் என்ற நூல்வரிசையில் முதல் மூன்று பாகத்தை விமர்சித்த போது அவர்களது வகுப்புவாத அணுகுமுறையை சாடியுள்ளார்.

அவருடைய மார்க்சிய கண்ணோட்ட புதிய பார்வையின் வெளிப்பாடாக பதினைந்து ஆண்டுகால ஆய்வின் முடிவாக 1956-ல் இந்திய வரலாற்று ஆய்வுக்கு ஓர் அறிமுகம். என்ற புகழ்பெற்ற புத்தகத்தை வெளியிட்டார். இது இந்திய வரலாற்றை மறுகட்டமைப்பு செய்தது மட்டுமல்ல.. இந்திய வரலாற்று ஆய்வின் போக்கையே மாற்றியது. 400 பக்கங்களை கொண்ட இந்தப் புத்தகத்துடன் 60 படங்களையும் சேர்த்தே வெளியிட்டார். இந்த புத்தகம் இந்திய வரலாற்றை பற்றி பாவனை செய்வது அல்ல. இது இந்திய வரலாற்றை படிப்பதற்கான புதிய அணுகுமுறை. வாசகர்கள், இந்திய வரலாற்றை சுயமாக படிப்பதற்கு இது தூண்டுகோலாக அமையும் என கருதுகிறேன் அல்லது குறைந்தபட்சம் இந்த நாட்டை பற்றி புரிந்து கொள்ள உதவும் என கருதுகிறேன் என்றார்.

அவரது ஆய்வின் அடுத்த மைல்கல்லாக 1965ல் லண்டனில் வெளியிட்ட பண்டைய இந்தியா:அதன் பண்பாடும் நாகரிகமும் பற்றிய வரலாறு என்ற புத்தகம் அமைந்தது. 210 பக்கங்கள் கொண்ட இந்த புத்தகத்தில் 33 பக்கம் பொருட்குறிப்பு இணைப்புகளை தந்துள்ளார். மேலும் 16 பக்கங்களுக்கு விவசாய வரைபடம், கற்கருவிகள், நாணயங்கள் போன்றவற்றை அளித்துள்ளார். 6 தேசப்படங்களும் மற்றும் 198 வகையான தட்டுக்கள், விலங்குகள், பூர்வ குடிமக்கள் முத்திரைகள், நாணயங்கள், விழாக்கள் ஆகிய படங்களை தந்துள்ளார். அதற்கு முன்னும் அதற்கு பின்னும் இத்தனை காட்சிப் படங்களுடன் வரலாற்றுப் புத்தகம் வரவில்லை.

இந்திய சமூக வளர்ச்சி போக்குகள் பற்றிய பார்வைகள்

ஐரோப்பியர்கள் கூறும் பழங்கால அடிமைமுறை இந்தியாவின் எந்த காலகட்டத்திலும் பார்க்கவே முடியாது என்றார் கோசாம்பி. அதற்கு மாறாக முன்னெப்போதும் இல்லாத இதைவிட கொடுமையான வடிவத்தில் சாதிய சமூக அமைப்பு இந்தியாவில் உருவானது. இந்த சூழ்நிலையில் காரல்மார்க்ஸ் குறிப்பிட்டிருந்த ஆசிய உற்பத்திமுறையை அலட்சியப்படுத்திட முடியாது என்று

நினைத்தார். ஆனால் கோசாம்பி தனது ஆய்வில் அதை முன்மாதிரியாக எடுத்துக்கொள்ளவில்லை. அதே நேரத்தில் காரல்மார்க்ஸ், ஆசியாவின் மாறாத சமூக நிலை பற்றி மதிப்பீடு செய்த ஒரு கருத்தை கோசாம்பி சரியான முறையில் மறுத்துரைக்கிறார். இது மார்க்சுக்கு கிடைத்த தவறான தகவலின் அடிப்படையில் செய்த மதிப்பீடு என்ற முடிவுக்கு வந்து அக்கருத்தை புறந்தள்ளி தனது ஆய்வை தொடர்ந்து வரலாற்றியல் பொருள்முதல்வாத அடிப்படையில் மேற்கொள்கிறார்.

அவருடைய ஆய்வில் பொருளாதார அடிப்படையையும், மாற்றத்திற்குள்ளாகும் நம்பிக்கைகள், பழக்கவழக்கங்கள், கலாச்சாரம் மற்றும் அவற்றுக்கிடையிலான பரஸ்பர உறவுகளை பற்றியும் ஆய்வுகளை மேற்கொண்டு புதிய உண்மைகளை முன்வைக்கிறார். இந்தியாவின் நிலபிரபுத்துவம் பற்றி தனது ஸ்தூலமான பார்வையை முன் வைக்கிறார். ஐரோப்பிய நிலபிரபுத்துவ முறையிலிருந்து இந்திய நிலபிரபுத்துவ உற்பத்தி முறை மாறுபட்டிருந்த விஷயங்களை எடுத்துரைக்கிறார். இந்திய நிலபிரபுத்துவம் இருமுறைகளில் கட்டமைக்கப்பட்டது. மேலிருந்து நிலபிரபுத்துவமுறை அரசரின் நில மானியங்களால் அந்தணர்கள், படைத்தலைவர்கள், அரசு அதிகாரிகளுக்கு வழங்கப்பட்டதன் மூலம் உருவானது. நாகரிக முதிர்ச்சியற்ற சமூக உற்பத்தி காலத்தில் இத்தகைய நிலதானங்கள் வர்க்க அமைப்பை பாதுகாத்தது என்று மிகவும் அழுத்தமாக கோசாம்பி வாதிடுகிறார். கீழிருந்து நிலபிரபுத்துவம் காலங்காலமாக விவசாயத்தில் இருந்த வேளாளர்கள் மற்றும் அரசுக்கும் மக்களுக்கும் இடையில் தங்களை பயன்படுத்தி நிலபிரபுத்துவத்தை நிலைநாட்டிய கிராமத்தலைவர்கள் போன்றவர்களால் உருவாக்கப்பட்டது என்ற முடிவுக்கு வந்தார். இதில் மாறுபட்ட கருத்துக்களும் உண்டு.

எனவே, இந்தியாவின் பண்டைக்காலம் பற்றியும் நாகரிக தன்மை பற்றியும், அடிமைச் சமுதாயத்தின் இந்திய வடிவங்களைப் பற்றியும் நில பிரபுத்துவத்தின் வெவ்வேறு கூறுகளைப் பற்றியும் இவரது ஆய்வு முறை புதிய தடத்தை பதித்தது. 1945-48ம் ஆண்டுகளில் இவர் வெளியிட்ட பார்திரிஹரி (சமஸ்கிருத எழுத்தாளர். 5ம் நூற்றாண்டு பொதுக் காலம்) பாடல்கள் மற்றும் பண்டைய சமஸ்கிருத தனிப்பாடல்களின் தொகுப்பு மிகவும் குறிப்பிடத்தக்கதாகும். உயர் விமர்சன கண்ணோட்டத்தோடு இந்த இலக்கியத்தை அணுகியிருந்தார். இந்த அணுகுமுறை கீழ்திசை

மரபு என்ற ஆய்வுக்கு முன்னுதாரணமாக அமைந்தது. வெளிநாட்டு கவிகளுடன் பார்திரிஹரியை ஒப்பிடுவது அவரது தத்துவ அமைப்பிலிருக்கும் குறைகளை காண்பதற்கு மட்டுமே இட்டுச்செல்லமுடியும்.

ஒரு படைப்பாளியை அவரது சொந்த கருத்துக்களின் அடிப்படையில் வைத்து அவரது சொந்த உள்ளார்ந்த சொல்லாடல் அமைப்பின் சட்டகத்திற்குள் வைத்து மதிப்பிடாதவரைக்கும் எந்த விமர்சனத்தையும் குறிப்பிடதக்கதென கூறமுடியாது என்று இந்திய சூழலை மைய்யமாக வைத்தே மதிப்பீடுகளை செய்தார். மதநம்பிக்கைகளும் சடங்குகளும் பொருளாதார சூழலின் வெளிப்பாடு என்று ஏற்றுக் கொண்டாலும் அதைப்பற்றி நுண்ணிய முறையில் ஆய்வுகளை மேற்கொண்டார். மதம் சுரண்டும் வர்க்கத்தின் கருவியாக பயன்படுத்தப்பட்டது. தங்களது நிலையை தக்கவைத்துக்கொள்ள மக்களை மேலுலகத்தை நம்ப வைத்தனர். இது வன்முறையை குறைத்து சுரண்டும் வாக்கத்தின் கட்டுப்பாட்டில் மக்களை இருந்திடச் செய்தது.

சாதியைப் பற்றிய இவரது கருத்துக்கள் முக்கியமானது. இந்தியாவில் சூத்திரர்கள், தாஸர்கள் அடிமைகளாக இருந்தனர். இதே சூழல் நிலவிய ஈரானில் சாதி உருவாகாத நிலையில் இங்கு உருவானதைப்பற்றி கேள்வி எழுப்பி விடை காண்கிறார். இந்தியாவில் எந்த பூர்வ குடியையும் சேராத புரோகித பிராமணர்களுடன் இதர புரோகிதர்களும் சமஅந்தஸ்துக்கு சென்றது எப்படி? பிராமணர்கள் மற்ற சாதியினருக்கு மாதிரியை உருவாக்கினார்கள். அதை தொடர்ந்து மற்றவர்களை அதைநோக்கி புரோகிதர்களாக ஈர்த்தனர்.

தமிழகத்தில் தொல்காப்பியர், மையூர்கிழான், மாங்குடிகிழார், உருத்திரங்கண்ணர் என்று பிராமணர் அல்லாதவர்கள் பிராமணராக மாறிய இந்தபட்டியல் நீளும். இவ்வாறான புரோகிதர்கள் சாதி அமைப்பின் மாதிரியாக மட்டுமல்ல சாதிஅமைப்பை பாதுகாக்கும் மதப்பேச்சாளர் களாகவும் இருந்தனர். இத்துடன் இந்தியாவில் இருந்த பூர்வகுடிமக்கள் எப்படி இந்த சாதிய அமைப்புக்குள் ஈர்க்கப்பட்டார்கள் எனபதை ஆய்வு செய்வதுடன் மற்ற அறிஞர்களையும் ஆய்வுசெய்திட அழைக்கின்றார். இந்தியாவில் நீண்டகாலமாக சாதி ஒரு சுரண்டல்கருவியாக செயல்பட்டுவருவதை எண்ணற்ற ஆதாரங்களுடன் முன்வைக்கிறார்.

இந்திய வரலாற்றை மட்டுமல்ல. இந்தியாவின் மாபெரும் தலைவர்களாக இருந்த மகாத்மா காந்தி, ஜவஹர்லால் நேரு மற்றும் இரவீந்திரநாத் தாகூர் ஆகியோரின் வரலாற்றுப் பார்வையையும் விமர்சனத்திற்கு உள்ளாக்குகின்றார். குறிப்பாக ஜவஹர்லால் நேருவின் 'கண்டுணர்ந்த இந்தியா' என்ற நூல் 1946-ல் வெளிவந்தது. இந்நூலை சாதாரண வாசகர்களுக்கு தாராளமாக பரிந்துரைக்க முடியாது என்கிறார் கோசாம்பி. பிரிட்டிஷ் நூலாசிரியர்கள் எழுதியுள்ள, ஒப்பீட்டளவில் பாமரத்தனமான விவரணைகளையே நேரு சார்ந்துள்ளதாக கோசாம்பி விமர்சிக்கின்றார். மரபினம் பற்றி, இந்திய முதலாளியம் உருவானது பற்றி நேருவின் பலவீனங்களை வெளிக்கொணர்கிறார். சுருக்கமாக, இந்த நூலில் எந்த இடத்திலும் ஏன்? என்னும் கேள்வியே காணப்படாவில்லை.நூலாசிரியரின் கருத்தியல் சட்டத்துக்குள்ளேயே பகுப்பாய்வுக்கான ஏதாவது முயற்சி செய்யப்படாதவரை எந்த வரலாற்று நூல் முயற்சிகளையும் முதிர்ச்சியுடையதாக கருதமுடியாது என்று நேருவின் கண்டுணர்ந்த இந்தியாவை விமர்சிக்கின்றார்.

வரலாறு வலிமையானது

நிகழ்காலத்தையும் எதிர்காலத்தையும் அறிந்து கொள்வதற்கு கடந்தகால வரலாற்றை அறிவது அவசியமாகும். இந்திய வரலாற்றை மார்க்சியத்தின் வரலாற்றியல் பொருள் முதல்வாத பகுப்பாய்வு அடிப்படையில் வந்துள்ளவற்றை அறிவது முற்போக்காளர்களுக்கும் மார்க்சிய ஊழியர்களுக்கும் அவசியமானது.

இன்றைய சூழலில் வகுப்புவாதிகள் வர்ணாசிரம வரலாற்றை நிலைநிறுத்த தொடர்ச்சியாகவும், கொடூரமாகவும் முயற்சிக்கின்றனர். வரலாற்றையும், நம்பிக்கையையும் இணைத்து மதநம்பிக்கைதான் வரலாறு என்று வேலாயுதத்தோடும், சூலாயுதத்தோடும், வெடிகுண்டுகளோடும் வலம் வந்து கொண்டிருக்கிறார்கள். புதிய தலைமுறைகளின் சிந்தனையை சீர்குலைப்பதை தடுத்திட வேண்டும்.

மறுபுறத்தில் சேர, சோழ, பாண்டிய மன்னர்களின் பெருமைகளை பறைசாற்றி, சிலையெடுத்து, மன்னர்களின் வரலாற்றையே மக்களின் வரலாறாக பறைசாற்றிக் கொண்டிருக்கின்றனர்.

மேலும் பலர் தாஜ்மஹாலை கட்டியவனின் விரலை எடுத்தான். தஞ்சை கோயிலை கட்டியவனின் தலையை எடுத்தான் என்று வரலாற்றை பெட்டிச் செய்திகளாகவும், கட்டுக்கதைகளாகவும் மாற்றி வருகின்றனர்.

இத்தருணத்தில் இந்தியாவின் சரியான வரலாற்றை, வேற்றுமையில் ஒற்றுமை நிலவுகிற இந்தியவரலாற்றையும், பண்பாட்டையும் முன்னெடுத்து செல்ல வேண்டும்.

வரலாறு வலிமையானது. வரலாற்றை கடவுள்களால்கூட அழிக்க முடியாது. ஏனெனில் அவர்களுக்கு அத்தகைய சக்திகள் இல்லை என்று ஆப்பிரிக்க அறிஞன் அகதான் கூறினான். ஆம்! அழிக்க முடியாத வரலாற்றை சுய வர்க்கநலனுக்காக அழிக்கவும் மாற்றவும் முயல்வதை முறியடிக்க வேண்டும் என்பதுதான் அகதானின் கூற்றுக்கு அர்த்தம். கோசாம்பியின் நூல்களை வாசிப்பதின் மூலமாக இத்தகைய கடமையை நிறைவேற்ற வேண்டிய தெளிவும் தேவையும் புரிபடும். இந்திய சூழலில் களம் இறங்க கைகூடும்.

7
புரட்சிகர அமைப்பாளன்

1931 மார்ச் 23 - பகத்சிங்குடன் சேர்ந்து மூன்று புரட்சிக்காரர்கள் தூக்கிலிடப்பட்ட நாள். பகத்சிங்கை ஒரு வன்முறையாளன் என்று சிலரும், புரட்சிக்காரன் என்று பலரும் கூறுகின்றனர். பகத்சிங்கின் நடைமுறை செயல்களில் வேண்டுமானால் சில குறைகள் இருக்கலாம். அவரின் நோக்கத்தை - விடுதலை தாகத்தை - இலட்சிய வேகத்தை யாராலும் குறை கூற முடியாது. பகத்சிங் இந்தியாவின் மாபெரும் புரட்சிக்காரன் மட்டுமல்ல... புரட்சிகரமான அமைப்புகளையும் உருவாக்கியவர். சுதந்திர போராட்டக் காலத்தில் 1925-1931க்கும் இடைப்பட்ட ஆண்டுகளில் நடைபெற்ற நிகழ்வுகளை பரிசீலித்தால் பகத்சிங்கைப் பற்றிய பல்வேறு பரிமாணங்களும், அவரின் செயல்பாடுகளையும் நாம் அறிந்து கொள்ள முடியும். பகத்சிங்கால் உருவாக்கப்பட்ட அமைப்புகள் பற்றி, அதன் செயல்பாட்டு முறைகள் பற்றி இந்தக் கட்டுரையில் விவாதிக்கப்பட்டுள்ளது.

பகத்சிங் என்ற இளைஞனைப் பற்றி இந்த தேசம் அறிந்திருக்கும். அறியாமலும் அனேகம் பேர் இருக்கக்கூடும். ஆனால், பகத்சிங்கை அறிந்திருக்கும் சிலர்கூட அவர் ஒரு

வெடிகுண்டு வீச்சாளர் என்ற தவறான கருத்தோடு நின்றுவிடுகின்றனர். அவர் ஒரு வீர புருஷன் மட்டுமல்ல; விடுதலை வேட்கையை வேகமாக வெளிப்படுத்தியவர். விரைவில் சுதந்திர தாயகத்தை தரிசிக்க புதிய பாதையை தேடியவர். அதற்காக அவர் செய்தது தீவிரமான செயல்கள் மட்டுமல்ல... இந்திய இளைஞர்களை அணிதிரட்ட அமைப்புகளை உருவாக்கி, அதற்கு தலைமை ஏற்று வழி நடத்தியவர் பகத்சிங். அவர் முயற்சி எடுத்து உருவாக்கிய அமைப்புகளில் ''நவ ஜவான் பாரத் சபா'' என்ற அமைப்பு பிரதானமானது. இந்த சங்கம் பகிரங்மாக செயல்படக்கூடிய வெகுமக்கள் அமைப்பாக இருந்தது. இந்துஸ்தான் சோசலிச குடியரசு சங்கம் அமைக்கவும் பகத்சிங் காரணமாக இருந்தார்.

1920ம் ஆண்டுகளில் முதல் உலக யுத்தம் முடிந்தவுடன் பிரிட்டிஷ் ஆட்சியாளர்கள், இந்தியாவில் அதுவரை கண்டிராத அளவில் மக்கள் எழுச்சியை எதிர்கொண்டனர். கிலாபத் இயக்கம், ஜாலியன்வாலாபாக், ஒத்துழையாமை இயக்கம், சௌரி சௌரா சம்பவம் என மக்கள் எழுச்சி தொடர்ந்தது. அதோடு ரஷ்யப் புரட்சியை தொடர்ந்து ஏற்பட்ட நம்பிக்கையின் தாக்கமும் இருந்தது. இந்தச் சூழலில் காந்தி, ஒத்துழையாமை இயக்கத்தை திடீரென திரும்பப் பெற்றதால் வெகுண்டெழுந்த மக்கள் குறிப்பாக இளைஞர்கள் விரக்தியுற்றனர்.

ஒத்துழைப்பு- ஒத்துழையாமை, சுயராஜ்யம் - டொமினியன் அந்தஸ்து என இரண்டிற்கும் இடையில் காங்கிரஸ் தலைமை ஊசலாடிக் கொண்டு இருந்தது. இக்காலத்தில் 1922ம் ஆண்டுக்குப் பிறகு மக்களிடம் சோர்வும் அவநம்பிக்கையும் மேலோங்கி இருந்தது. மக்களை விடுதலைப் போரில் ஈடுபடுத்த வேண்டும் என்ற தீவிர வேட்கையுடன், தீவிரவாத தேச பக்தர்கள் பலர், பல்வேறு அமைப்புகளை பல இடங்களில் உருவாக்கி மாற்றுப் பாதையை தேடினார்கள். இச்சூழலில்தான் நவ ஜவான் பாரத் சபாவும் உருவானது.

1926 மார்ச் மாதம் நவ ஜவான் பாரத் சபா என்ற அமைப்பை தனது 19-வது வயதில் பகத்சிங் உருவாக்கினார். அந்த அமைப்பு சுதந்திர போராட்ட வீரர் சத்தியபால் ஆலோசனைப்படி உருவாக்கப்பட்டது என்ற தகவல் இருந்தாலும் வரலாற்று ஆதாரப்படி பகத்சிங் சொந்த முயற்சியால் இது தொடங்கப்பட்டது என்றே தெரியவருகிறது. பகவதி சரண் வோரா, தன்வந்தி

மற்றும் பலர் இதை உருவாக்க பகத்சிங்கிற்கு உதவி புரிந்தனர். இதன் முதல் செயலாளர் பகத்சிங், தலைவர் ராமகிருஷ்ணா, கொள்கை பரப்பு பிரச்சார செயலாளர் பகவதி சரண் வோரா என நிர்வாகிகள் தேர்வு செய்யப்பட்டனர். அன்றைய சூழலில் இடதுசாரி மனோபாவம் கொண்ட காங்கிரஸ் தலைவர்கள் சைபுதீன் கிச்சுலு, சத்தியபால், கேதர்நாத் சேகல், லாலா பிண்டி தாஸ் போன்றவர்கள் இந்த அமைப்பை உருவாக்க ஆதரவும் ஒத்துழைப்பும் நல்கினர்.

அமைப்பின் நோக்கம்

சமூக மேம்பாடு மற்றும் அரசியல் நிலைகளை அந்த அமைப்பின் நோக்கமாக வரையறுத்தனர்.

சுதேசி பொருட்களை வாங்குவது; தேக ஆரோக்கியத்தை காப்பது; சகோதரத்துவம் வளர்ப்பது; இந்திய மொழி மற்றும் கலாச்சாரத்தை மேம்படச் செய்வது.

தொழிலாளர்கள் மற்றும் விவசாயிகள் தலைமையில் முழுமையான விடுதலை பெறுவது.

இந்திய இளைஞர்களின் இதயத்தில் தேசபக்தி மற்றும் இந்திய ஒற்றுமை உணர்வை உருவாக்குவது.

வகுப்புவாத சக்திகளின் கருத்துக்களுக்கு மாற்றாக, தொழிலாளர் விவசாயி தலைமையில் பூரண விடுதலை என்ற கருத்தை நோக்கி மக்களை அணிதிரட்டுவது.

தொழிலாளர்களையும் விவசாயிகளையும் அணி திரட்டுவது.

பிரிட்டிஷ் ஏகாதிபத்தியம் மட்டுமல்ல.. அனைத்து ஏகாதிபத்திய சக்திகளிடமிருந்தும் நாட்டை விடுவிப்பது என்ற வகையில் தங்கள் அமைப்பின் கொள்கை பாதையை அவர்கள் உருவாக்கிக் கொண்டனர்.

வகுப்புவாதத்திற்கு எதிராக பகத்சிங் கடுமையாக போராடினார். நவ ஜவான் பாரத் சபாவில் உறுப்பினர் ஆவதற்கு முன்னால், ''என் சமூக நலனை விட இந்த நாட்டின் நலனை முன்னிறுத்தி செயல்படுவேன்'' என உறுதிமொழி ஏற்க வேண்டும். பெரும் தலைவர்களாக இருந்தால் கூட அவர்கள் வகுப்புவாத செயல்பாட்டில் ஈடுபட்டால் நவ ஜவான் பாரத் சபா கடுமையாக விமர்சனம் செய்தது.

தீவிர தேசியவாதியான லாலா லஜபதிராய், பின்னாட்களில் இந்து மகாசபையுடன் நெருங்கி செயல்பட்ட போது கடுமையாக விமர்சிக்கப்பட்டார். குறிப்பாக, பகத்சிங் அதிகமாக மதித்த

தலைவர் லாலா லஜபதிராய் ஆவார். ஆனால் அவரின் வகுப்புவாத அணுகுமுறையை பகத்சிங் கடுமையாக சாடினார். மக்களிடையே சமபந்தி இயக்கம் நடத்தி பல தரப்பட்ட மக்களை ஒன்றுபடுத்தும் வேலையை நவ ஜவான் பாரத் சபா செய்தது. காங்கிரஸின் சர்வ மதத்தையும் தாஜா செய்யும் போக்கை நவ ஜவான் பாரத் சபா எதிர்த்தது. சுதந்திரம், மதச்சார்பின்மை, சோசலிசம் அல்லது மக்கள் பங்குபெறும் பொருளாதாரம் என்ற கோஷத்தை நவ ஜவான் பாரத் சபா முழங்கியது.

களப்பணியில்

நவ ஜவான் பாரத் சபா தனது கொள்கைகளை வரையறுத்த பின்பு நடவடிக்கையிலும் இறங்கியது. லாகூரில் புரட்சியாளர் கத்தார்சிங் சராபா நினைவு தினத்தை அனுஷ்டித்தனர். லாகூர் பிராட்லக் மண்டபத்தில் அவரின் படத்தை திறந்து வைத்து பகத்சிங் மற்றும் பகவதி சரண் வோரா ஆகியோர் பேசினார்கள். அதேபோல் லாகூரில் இளைஞர்களை அணிதிரட்டி வங்க புரட்சியாளர் பூபேந்திரநாத்தை அழைத்து, ''மேற்கில் இளைஞர்கள் இயக்கம்'' என்ற தலைப்பில் பேச வைத்தனர்.

முதல் தாக்குதலும் முடிவற்ற போராட்டமும்

1926 மார்ச் முதல் 1927 மார்ச் வரை சபாவின் செயல்பாடுகள் லாகூர் நகரையும் அதைச் சுற்றியுமே இருந்தது. ஆனாலும் இதன் செயல்பாடும் இதற்கு கிடைக்கும் மக்கள் செல்வாக்கும் பிரிட்டிஷ் அரசின் கண்ணை உறுத்தியது. தீவிர அரசியல் போராட்டத்தையும், கம்யூனிச கருத்துக்களையும் உள்ளடக்கியதாக இந்த அமைப்பு இருக்கிறது என்று வெள்ளை அரசாங்கம் பார்த்தது. 1927 ஜூலையில் தசரா விழாவில் நடைபெற்ற குண்டுவெடிப்பை பயன்படுத்தி நவ ஜவான் பாரத் சபாவை ஒழித்துக் கட்ட வெள்ளை அரசு திட்டம் தீட்டியது. நவ ஜவான் பாரத் சபாவின் அமைப்பாளரும் இளைஞர்களை கவர்ந்தி ழுத்துக் கொண்டிருந்தவருமான பகத்சிங் மீது பழியை போட்டு அவரைக் கைது செய்தது. இதன்மூலம் மக்களிடம் நவ ஜவான் பாரத் சபாவுக்கு இருந்த செல்வாக்கை சீர்குலைத்து விடலாம் என்று வெள்ளை அரசாங்கம் நினைத்தது. சபா, கடுமையான பின்னடைவை சந்தித்தது என்றாலும், பிரிட்டிஷ் அரசின் நோக்கம் நிறைவேறவில்லை. பகத்சிங் மிக உயர்ந்த அளவு ஜாமீன் தொகை செலுத்தி (ரூ.80000) விடுதலை பெற்றார்.

1928 மார்ச் மாதம் லாகூரில் 'தேசியவாரம்' சபாவால் அனுஷ்டிக்கப்பட்டது. இதில் பிரிட்டிஷ் கம்யூனிஸ்ட் கட்சி தலைவர் ஃபிலிப் பிராட், எஸ். ஏ. டாங்கே இருவரும் பங்குபெற்று இந்திய விடுதலை பற்றி எழுச்சிமிகு உரையாற்றினார்கள். அடுத்து கிருதி கிசான் கட்சியின் சார்பில் 1928 ஏப்ரல் 11 முதல் 13 வரை ஜாலியன் வாலாபாக்கில் இளைஞர்கள் மாநாடு நடத்த விளம்பரப்படுத்தப்பட்டு இருந்தது. மாநாடு நடக்கும் சில தினங்கள் முன் பகத்சிங், சோகன்சிங் ஜோஷை சந்தித்து இந்த மாநாட்டில் நவ ஜவான் பாரத் சபாவும் பங்கெடுப்பது பற்றி விவாதித்து, சபாவும் பங்கெடுப்பது என்று முடிவாயிற்று. இந்த மாநாட்டிற்கு லாகூரில் சபா உறுப்பினராக இருந்த கேதர்நாத் சேகல் தலைமையில் இளைஞர்கள் மாநாடு கூடியது. மாநாட்டில் அமைப்பு பற்றி முக்கிய முடிவு எடுக்கப்பட்டது.

அமைப்பு இனிமேல் ''பஞ்சாப் மாநில நவ ஜவான் பாரத் சபா'' என்று அழைக்கப்படும் என தீர்மானிக்கப்பட்டது. இதன் தலைமையகம் லாகூரில் இருந்து அமிர்தசரஸ் நகருக்கு மாற்றப்பட்டது. புரட்சியின் மூலம் ஆட்சி மாற்றத்தை ஏற்படுத்துவது; பல வழிகளிலும் தொழிலாளர் மற்றும் விவசாயிகளை திரட்டுவது என கொள்கையில் சில ஷரத்துக்களை சேர்த்தனர். அமைப்பை மாவட்ட, வட்ட, கிராம அளவில் விரிவுபடுத்த திட்டங்களைத் தீட்டினார்கள்.

ஜாலியன் வாலாபாக் மாநாட்டிற்கு பின்பு விவசாயிகள் மத்தியில் நவ ஜவான் பாரத் சபா தனது வேலைகளை தீவிரப்படுத்தியது. பஞ்சாபில் கோதுமை சாகுபடி நடக்காததை கண்டித்து விவசாயிகளை அணிதிரட்டி போராடியது. 1928 மே 23 லாகூரில் விவசாயிகளின் கோரிக்கைக்கு ஆதரவாக பொதுக்கூட்டத்தை நடத்தியது. இதில் காங்கிரசில் இருந்த தீவிரவாத தலைவர்கள் சத்தியபால், மஜீத், கேதர்நாத் சேகல் போன்றவர்கள் பங்கு கொண்டு பேசினார்கள். விவசாயிகளின் போராட்டத்தை காங்கிரஸ் தலைமை அறிவித்தாலும் மக்களை அணிதிரட்டக் கூடிய வேலையையும் கூலி விவசாயிகளை இதில் பங்கு பெறச் செய்ததும் நவ ஜவான் பாரத் சபாதான் செய்தது.

1928 செப்டம்பரில் லியால்பூரில், விவசாயிகள் தொழிலாளர்கள் மாநாட்டை சபா நடத்தியது. இதில் பிரிட்டிஷ் கம்யூனிஸ்ட் கட்சி தலைவர்கள் ஸ்பார்ட், பிராட்லி மற்றும்

டாங்கே நவ ஜவான் பாரத் சபாவின் தலைவர் கேதர்நாத் சேகல், சோசலிச சிந்தனையாளர் ஷபில்தாஸ் ஆகியோர் பேசினார்கள். வர்க்கப் போராட்டத்தை முன்னெடுத்துச் செல்ல அறைகூவல் விடுத்தனர்.

1928 நவ ஜவான் பாரத் சபாவால் ''ருஷ்ய வாரம்'' கொண்டாடப்பட்டது. இதில் திரளான இளைஞர்கள் கலந்து கொண்டனர். இந்நிகழ்வில் சோவியத்தை ஆதரித்தும் பிரிட்டிஷ் அரசை எதிர்த்தும் தீர்மானம் நிறைவேற்றினர். இந்தியாவில் முதலாளித்துவத்தை அழித்து விவசாய தொழிலாளர் தலைமையில் அரசை அமைப்போம் என்று சபதம் ஏற்றனர்.

இதே காலத்தில் இளைஞர்களுக்கு அரசியல் கல்வி போதிக்கும் பிரசுரங்களை வெளியிட்டனர். இந்த கல்வி குழுவிற்கு லாகூர் தேசிய கல்லூரி முதல்வராக இருந்த ஷபில் தாஸ் பொறுப்பாக இருந்தார். லாகூரில் நவ ஜவான் பாரத் சபா செயல்படுவதற்கும், இளைஞர்கள் மத்தியில் தேசப்பற்று, சோசலிச கருத்துக்கள் பரவுவதற்கும் முக்கிய காரணமாக அவர் இருந்தார்.

1928 ஜூன் மாதம் பகத்சிங் மற்றும் சுகதேவ் முயற்சியால் அமைந்த லாகூர் மாணவர் சங்கம் சார்பில் ''மாணவர் வாரம்'' கொண்டாடப்பட்டது. இதில் ''இளைஞர்களுடன் சில வார்த்தை'' என்ற பிரசுரத்தை அச்சிட்டு வெளியிட்ட சபா, தேச விடுதலைப் போராட்டத்தில் மற்ற பல நாடுகளை போல் இங்கும் மாணவர்கள் ஈடுபட வேண்டும் என்று அறை கூவி அழைத்தது.

இந்துஸ்தான் சோசலிச குடியரசு சங்கம்:

சபாவின் செயல்பாடுகள் வளர்ந்து வருகிற சூழலில் பகத்சிங், சோசலிச கருத்துக்களை அறியவும் புரிந்துகொள்ளவும் தொடங்கினார். அதே நேரத்தில் இந்தியாவின் இதர பகுதியிலும் இளைஞர்களை அணிதிரட்ட சிந்தித்து உத்தரபிரதேசம் நோக்கி தனது கவனத்தைத் திருப்பினார் அங்கு ஏற்கனவே சில குழுக்கள் செயல்பட்டு வந்தன.

ராம் பிரசாத் பிஸ்மில், ஜோகேஷ் சட்டர்ஜி, சசீந்திரநாத் சன்யால் ஆகியோர் கான்பூரில் 1924ம் ஆண்டு அக்டோபர் மாதம் சந்தித்து இந்துஸ்தான் குடியரசு சங்கம் என்ற அமைப்பை உருவாக்கினர். ஆயுதப் புரட்சியின் மூலமாக ஆட்சி மாற்றத்தை ஏற்படுத்துவது, இந்திய ஐக்கிய குடியரசை அமைப்பது

போன்றவற்றை லட்சியமாக அறிவித்தனர். இச்சங்கத்தின் முதல் நடவடிக்கையாக சந்திரசேகர் ஆசாத் தலைமையில் லக்னோவிற்கு அருகிலுள்ள காகோரி கிராமத்தில் ரயில் மீது தாக்குதல் சம்பவம் நடந்தது. அரசின் பணம் ரயிலில் செல்வதை எடுத்து தங்களது ஆயுதகொள்முதலுக்கு பயன்படுத்தும் நடவடிக்கையில் இறங்கினர். இதற்கு 'பண நடவடிக்கை' என்று பெயரிட்டனர். இதைத்தொடர்ந்து பிரிட்டிஷ் அரசு சுமார் 25 பேரை கைது செய்தது. சந்திரசேகர் ஆசாத், குண்டன் லால் இருவரும் தப்பிச்சென்றனர். அஸ்வக்ஹூ`ல்லாகான், ராம் பிரசாத்பிஸ்மில், ரோஷன்சிங், ராஜேந்திரலகிரி தூக்கிலிடப்பட்டனர். 4 பேர் அந்தமான் சிறைக்கு அனுப்பப்பட்டனர். 17 பேருக்கு நீண்ட கால சிறைத் தண்டனை வழங்கப்பட்டது. இதைத் தொடர்ந்து இந்த அமைப்பின் செயல்பாடு பலவீனம் அடைந்தது.

இந்த அமைப்பை புதியமுறையில் புனரமைக்கவும் அகில இந்திய அமைப்பாக உருவாக்கவும் பகத்சிங் முயற்சித்தார். உத்தரப் பிரதேசத்திலிருந்து பிஜய் குமார் சின்கா, சிவவர்மா, ஜெய்தேவ் பஞ்சாபிலிருந்து பகத்சிங், பகவதி சரண் வோரா, சுகதேவ் ஆகியோர் முயற்சி செய்து 1928 செப்டம்பர் 8, 9 தேதிகளில் இந்துஸ்தான் சோசலிச குடியரசு சங்கம் என்ற அமைப்பை டெல்லி கோட்லா மைதானத்தில் உருவாக்கினார்கள். இதன் கொள்கையாக சோஷலிசத்தை ஏற்றுக் கொள்வது என்பதை பகிரங்கமாக அறிவிக்க முடிவு செய்தனர். வங்கம் தவிர இதர பிரதேசத்தில் இருந்து பிரதிநிதிகள் கலந்துகொண்டனர்.

தலைமறைவாக இருந்த சந்திரசேகர் ஆசாத் குண்டன் லால் உட்பட பலரும், இந்த அமைப்பின் உருவாக்கத்திலும், கொள்கை உருவாக்கத்திலும் பங்குகொண்டனர். அமைப்பின் மத்திய கமிட்டியில் கூட்டு செயல்பாடு கண்டிப்பாக கடைபிடிக்க வேண்டும் என்று முடிவெடுக்கப்பட்டது. இந்த அமைப்பை உருவாக்குவதற்கு பகத்சிங் எடுத்த முயற்சி மிக முக்கிய பங்காக இருந்தது. பகத்சிங்கின் செயல் தளம் இந்த அமைப்பு உருவாக்கப்பட்ட பிறகு இதை நோக்கி கூடுதலாக நகர்ந்தது.

1928-ம் ஆண்டில் சைமன் கமிஷன் வருகையையொட்டி நாடு தழுவிய அளவில் மக்கள் எழுச்சி ஏற்பட்டது. சைமன் கமிஷனில் ஒரு காங்கிரஸ்காரர் கூட இல்லை என காங்கிரஸ் கட்சி எதிர்த்தது. இந்திய மக்கள் தகுதியை அளப்பதற்கு பிரிட்டிஷ்

அரசுக்கு எந்த அருகதையும் இல்லை என அறிவித்து நவ ஜவான் பாரத் சபா எதிர்த்தது.

1928 அக்டோபர் 26 அன்று முடிவெடுத்து 30ம் தேதி லாகூரில் ஆர்ப்பாட்டம் நடத்துவதற்கு அறைகூவல் விடுத்தது. 29ம் தேதி, காவல்துறை அதிகாரி, மக்கள் கூடுவதற்கு தடை விதித்தார். இதையும் மீறி மக்கள் கூடினார்கள். மக்கள் எழுச்சி கண்டு காங்கிரஸ் கட்சியும் இதில் பங்கு கொண்டது. கூடியிருந்த கூட்டத்தின் மீது காவல்துறை கொடூரமாக தடியடி நடத்தியது. இதில் பலர் படுகாயமடைந்தனர். லாலா லஜபதிராய் தலையில் படுகாயம் அடைந்து அடுத்த பதினைந்தாவது நாளில் மரணமடைந்தார். இதைக் கண்டித்து மாநிலம் தழுவிய அளவில் சபா, பொதுக் கூட்டங்களை நடத்தியது. டிசம்பர் 16, 1928 அன்று லாகூரிலும், அமிர்தசரஸிலும், 'காகோரி' தினத்தை சபா அனுஷ்டித்து புரட்சியாளர்களை கௌரவித்தது.

அடுத்த நாள் காலை டிசம்பர் 17ம் தேதி அன்று லாலா லஜபதிராய் மரணத்திற்கு காரணமான அதிகாரி சௌந்தர் மற்றும் ஒரு போலீசார் சுட்டுக் கொல்லப்பட்டனர். லஜபதிராய் மீதுள்ள மதிப்பாலும், தேசத்தின் மீதுள்ள பற்றாலும் பகத்சிங் இதை செய்தார். இதையொட்டி 7 பேர் கைது செய்யப்பட்டனர்.

நவ ஜவான் பாரத் சபா தனது தொடர் நடவடிக்கையால் விரிவாகிக் கொண்டே வந்தது. 1928-ல் உத்தரபிரதேசத்தில் மீரட், கராச்சி, சிந்து போன்ற இடத்திலும் மற்றும் ஜலந்தரிலும் சபாவின் அமைப்புகள் உருவாகி எழுச்சியுடன் செயல்பட ஆரம்பித்தது. இந்த சூழலில்தான் பிரிட்டிஷ் அரசு, சுதந்திரப் போரை நசுக்கும் வகையிலும், தொழிற்சங்க உரிமைகளை முடக்கவும் இரு மசோதாக்களை 1929 ஏப்ரலில் நாடாளுமன்றத்தில் நிறைவேற்றும் வேலையில் ஈடுபட்டது. ஆக்ராவில் இருந்த பகத்சிங் உடனடியாக லாகூர் சென்று சுகதேவுடன் ஆலொசனை நடத்தி இந்துஸ்தான் சோசலிச குடியரசு சங்க மத்திய கமிட்டி கூட்டத்தை கூட்டி தனது ஆலொசனையை கூறினார்.

மக்கள் கவனத்தை ஈர்க்கும் வகையில் உயிர்ச்சேதமற்ற முறையில் வெடிகுண்டை நாடாளுமன்றத்தில் வீசுவது; இதை செய்து முடித்து தப்பிக்காமல் கைதாகி நீதிமன்றத்தில் நமது கருத்தை வெளிப்படுத்துவது; இருவர் செல்வது என முடிவாகியது.

இரண்டு நாள் விவாதித்து முடிவெடுத்தனர். 1929 ஏப்ரல் 8ம் தேதி இரு மசோதாவும் நிறைவேறுகிறது என கவர்னர் ஜெனரல் அறிவிக்கிற போது பகத்சிங்கும், பட்டுகேஸ்வர தத்தும் குண்டு வீசினார்கள். இதையொட்டி கைது செய்யப்பட்டனர்.

லாகூர் சிறைச்சாலையில் ஏராளமான புரட்சியாளர்கள் அடைக்கப்பட்டு இருந்தனர். பகத்சிங் சிறைக்கு சென்றபிறகு அரசியல் கைதிகளுக்கான உரிமைகோரி பகத்சிங் தலைமையில் அரசியல் கைதிகள் அணிதிரட்டப்பட்டு உண்ணாவிரதம் நடைபெற்றது. 1929 ஜூனில் நவ ஜவான் பாரத் சபா சார்பில் லாகூரில், அமிர்தசரஸில் உண்ணாவிரதத்தின் வெற்றிக்காக பாராட்டுக் கூட்டம் நடத்தினார்கள். லாகூரில் நடைபெற்ற கூட்டத்தில் பகத்சிங்கின் தந்தை சர்தார் கிஷன் சிங் கலந்து கொண்டு பேசினார்.

நவ ஜவான் பாரத் சபா அகில இந்திய அளவில் பகத்சிங் மற்றும் பட்டு கேஸ்வர தத் தினத்தை அனுஷ்டிக்க அறைகூவல் விட்டது. உண்ணாவிரதம் ஊர்வலம் பொதுக்கூட்டம் என மக்கள், இளைஞர்கள் திரளாக பங்குபெற்றனர். 1929 டிசம்பர் 29ல் லாகூரில் நடைபெற்ற கூட்டத்தில் சுதந்திர போராட்ட வீராங்கனை சுகாசினி நம்பியார் தலைமை தாங்கினார். உண்ணாவிரதம் இருந்து மறைந்த ஜதீன் தாசுக்கு வீர அஞ்சலி செலுத்தப்பட்டது. காங்கிரஸ் கட்சியின் சமரச போக்கிற்கு கடும் கண்டனம் தெரிவிக்கப்பட்டது.

1930-ல் காந்தி சட்டமறுப்பு இயக்கத்தைத் தொடங்கியபோது அதில் சபா, இளைஞர்களை ஈடுபடச் செய்தது. பஞ்சாப் காங்கிரஸ் கட்சி 1930 பிப்ரவரியில் உண்ணாவிரதம் அனுஷ்டித்தது. இதில் சபாவும் கலந்துகொண்டு லாகூர் சதி வழக்கு நிதி திரட்டியது; காங்கிரஸ் இதை எதிர்த்தது.

1930 மார்ச் 20-ல் நவ ஜவான் பாரத் சபா 'மீரட் தினம்' அனுஷ்டித்தது. பிரிட்டிஷ் அரசு, கம்யூனிஸ்டுகள் மீது வழக்கு தொடர்ந்து சிறையில் அடைத்ததை கண்டித்து இந்த தினத்தை கடைபிடித்தனர். ஊர்வலம், பொதுக்கூட்டம், நிதி வசூலும் நடத்தினர்.

இந்த நடவடிக்கைகள் மூலம் நவ ஜவான் பாரத் சபாவிற்கு மக்கள் செல்வாக்கு பெருகியது. காங்கிரஸ் கட்சி என்ன முடிவெடுத்தாலும் பஞ்சாபிலும் மற்றும் உத்தரபிரதேசத்தின் ஒரு பகுதியிலும் மக்கள் சபாவின் பின்னால் அணி திரண்டனர். இது

பிரிட்டிஷ் அரசுக்கு அச்சத்தை ஏற்படுத்தியது. இதனால் பிரிட்டிஷ் அரசு 1930 ஜூன் 23 அன்று நவ ஜவான் பாரத் சபாவை தடை செய்தது. அதன் அலுவலகங்களை சோதனையிட்டு தலைவர்களை கைது செய்தது.

இதைத்தொடர்ந்து 1930ம் ஆண்டு அக்டோபர் 7ம் தேதி பகத்சிங், ராஜகுரு, சுகதேவ் ஆகியோருக்கு மரண தண்டனை அளித்து தீர்ப்பு வழங்கப்பட்டது. இந்த தண்டனையை ரத்து செய்யக் கோரி மக்கள் போராடினார்கள். பகத்சிங், ராஜகுரு, சுகதேவ் ஆகியோரை விடுதலை செய்ய வலியுறுத்தி, நவ ஜவான் பாரத் சபா சார்பில் ‘மனு கமிட்டிகள்’ அமைக்கப்பட்டன. அந்த கமிட்டிகள் சார்பில் சுமார் 15 மாவட்டங்களுக்கும் மேல் மக்களிடம் 3 பேரையும் விடுதலை செய்ய வலியுறுத்தும் மனுக்களை பெற்று வெள்ளை அரசாங்கத்துக்கு அனுப்பி வைத்தனர். 1931 பிப்ரவரி 17ம் தேதி பகத்சிங் தினம் அனுஷ்டிக்கப்பட்டது. பஞ்சாப் குறிப்பாக லாகூரில் அனைத்து கல்லூரிகளும் மூடப்பட்டன. ஏராளமான மக்கள் திரண்ட, சுமார் 15 ஆயிரத்துக்கும் மேற்பட்ட மக்கள் கூடிய கூட்டங்களில் தலைவர்கள் பேசினார்கள். பகத்சிங் உள்ளிட்ட 3 பேரையும் விடுதலை செய்ய அவர்கள் வலியுறுத்தினார்கள். நாளுக்கு நாள் மக்கள் போராட்டம் அதிகமாகியது. ஆனாலும் வெள்ளை அரசு புரட்சியாளர்களை தீவிரமாக அடக்கியது. அதற்கு காங்கிரஸ் தலைமையும் ஆதரவாக இருந்தது. கடைசியில் 1931 மார்ச் 23 அன்று பகத் சிங் உட்பட மூவரும் தூக்கிலிடப்பட்டனர்.

இக்காலத்தில் காந்தி-இர்வின் ஒப்பந்தம் ஏற்பட்டது. இந்த பேச்சுவார்த்தையின்போது, பகத்சிங் உள்ளிட்ட மூன்று பேரையும் தூக்கிலிடக் கூடாது என காந்தி கோரிக்கை வைத்திருந்தால், மூன்று பேரையும் மரண தண்டனையில் இருந்து காப்பாற்றி இருக்கலாம். ஆனால், காந்தி இதற்கு ஒப்புக்கொள்ளவில்லை. சட்ட மறுப்பு இயக்கத்தை ஒத்தி வைப்பது; அரசியல் கைதிகளில் வன்முறையில் ஈடுபட்டவர்களை தவிர மற்றவர்களை விடுவிப்பது என்று ஒப்பந்தம் போட்டார். இதை நவ ஜவான் பாரத் சபா மட்டுமல்ல... காங்கிரஸ் தலைவர்களே கடுமையாக விமர்சித்தனர். இதனால் 1931 மார்ச் 25 காங்கிரஸ் மகா சபைக்கு வந்த காந்திக்கு நவ ஜவான் பாரத் சபா கருப்புக் கொடி காட்டியது. அதேநேரத்தில் நவ ஜவான் பாரத் சபா மாநாடு நேதாஜி தலைமையில் கூடியது; காங்கிரஸ் தலைமையை இந்த மாநாடு கண்டித்தது.

1931 ஏப்ரல் 28-ல் நவ ஜவான் பாரத் சபாவின் பஞ்சாப் தலைவர்கள் லாகூரில் சந்தித்தனர். பகத்சிங், ராஜகுரு, சுகதேவ் நினைவு கமிட்டி அமைத்தனர். அது உழைப்பாளிகள் இல்லம், கூட்ட அரங்கம், நூலகம் கட்டவும், அரசியல் கைதிகளின் குடும்பங்களுக்கு நிதி உதவி செய்யவும் திட்டமிட்டது. இந்த திட்டத்தை கூட காந்தி ஏற்கவில்லை.

இதன்பிறகு நவ ஜவான் பாரத் சபாவின் செயல்பாட்டு தளம் சுருங்கியது; சூழல்களும் மாறிவிட்டன. மாற்றுக் கொள்கையில் தெளிவின்மை; நடுத்தர வர்க்க இளைஞர்களின் குணாம்சம்; தத்துவத்திற்கும் நடைமுறைக்கும் உள்ள முரண்பாடு ஆகியவை சபாவின் பலவீனத்திற்கு காரணமாக அமைந்தது.

மகாத்மா காந்திக்கு சுதந்திர போராட்ட காலத்தில் மக்கள் மத்தியில் எந்த அளவிற்கு பேரும் புகழும் இருந்ததோ அதே அளவிற்கு பகத்சிங் இருக்கும்போது அவருக்கு பேரும் புகழும் இருந்தது என்று காங்கிரஸ் கட்சியின் தலைவராக இருந்த பட்டாபி சீதாராமையா குறிப்பிடுகின்றார். அப்படிப்பட்ட பகத்சிங், சிறை வாழ்க்கை காலத்தில் தனிநபர் வன்முறையால் எதையும் சாதிக்க முடியாது என உணர்ந்து மக்களை திரட்டி போராட இளைஞர்களுக்கு அழைப்பு விடுத்தார். இந்த நோக்கத்துடனே சிறையில் இருந்தபடி நவ ஜவான் பாரத் சபாவை இயக்க ஆரம்பித்து வழிகாட்டினார். ஜனங்களுக்காக நடத்தப்படும் புரட்சி பொதுஜனங்களை திரட்டி நடத்தப்படவேண்டும் என்று அறைகூவி அழைத்தார்.

பகத்சிங் ஒரு சிறந்த புரட்சியாளன் மட்டுமல்ல.. புரட்சியை நடத்துவதற்கு அமைப்பு அவசியமானது; அந்த அமைப்பிற்கு கொள்கை மிக அவசியமானது; அந்த கொள்கையை நிறைவேற்றுவதற்கு மக்கள் சக்தியை வென்றெடுப்பது மிக மிக அவசியமானது என்பதை உணர்ந்து தனது குறுகிய கால வாழ்க்கையில் மிகப் பெரும் சாதனையை நிகழ்த்தி சென்றிருக்கிறார்.

8

மகத்தான மனிதன்

எல்பின்ஸ்டன் பம்பாயில் ஒரு புகழ் பெற்ற பள்ளி. வகுப்பறையில் நுழைகிறார் ஆசிரியர். சுத்தமாக இருந்த கரும்பலகையில் கேள்வியை எழுதிவிட்டு மாணவர்கள் பக்கம் திரும்புகிறார்...

கடைசி வரிசையில் தனியாக அமர்ந்து இருக்கிறான் ஒரு மாணவன். அவனை நோக்கி சைகை காட்டி அழைக்கிறார். அருகில் வருகிறான்... கேள்விக்கான விடை எழுத உத்தரவிடுகிறார். விடை எழுத கரும்பலகையை நோக்கி நகர்கிறான் அந்த மாணவன்.

உடனே... ஓ... ஓ... ஓ... என்ற கூச்சல் மாணவர்களிடம் இருந்து வருகிறது. விடை எழுதச் சென்ற மாணவன் திகைத்து பின் வாங்கி விடுகிறான்.

‘‘அவன் தாழ்த்தப்பட்டவன். எங்கள் உணவுப் பாத்திரங்கள் கரும்பலகை அருகில் உள்ளது. அவன் அருகில் சென்றால் தீட்டுப்பட்டு விடும்’’ என்று மற்ற மாணவர்கள் ஆசிரியரிடம் கூறுகின்றனர்.

உணவு பாத்திரங்களை அங்கிருந்து அகற்றிய பிறகே, கரும்பலகையில் அந்த மாணவனை விடை எழுத அனுமதிக்கிறார்கள்.

அவனுக்கு 17 வயதில் திருமணம் நிச்சயிக்கப்படுகிறது. தபோலி நகரில் சுமை தூக்குவோரான பிகுவலஸ்கரின் மகள் 9 வயது ராமி மணமகள் ஆகிறார்.

திருமணவிழா நடத்த இடம் மறுக்கப்படுகிறது. பம்பாயின் மூலைமுடுக்கெல்லாம் இதே நிலை. கடைசியில் ஒரு மீன் கடை சந்தைதான் கிடைக்கிறது. அதுவும் இரவு நேரத்தில் மட்டுமே அனுமதி. இரவில் துர்நாற்றம் நிறைந்த பைக்குல்லா மீன்கடை சந்தையில், சாக்கடையின் ஓட்டங்களுக்கு இடையில் விடியும் முன் இரவோடு இரவாக அந்த திருமண வைபவம் நடந்தேறியது. என்னவொரு கொடுமை?

ஆம் வாழ்வின்

ஒவ்வொரு அவமதிப்பும்

ஒவ்வொரு பகிஷ்கரிப்பும்

ஒவ்வொரு புறக்கணிப்பும்

அதை எதிர்த்துப் போராடுவதற்கு, தகர்த்தெறிவதற்கு உரமாக அவனது அடிமனதில் குடிகொண்டது. அந்த உறுதியே அவனை உலகுக்கு அறிமுகப்படுத்தியது. அவர் தான் டாக்டர் அம்பேத்கார். வாழ்வின் ஒவ்வொரு மணித்துளிகளும் அவர் எதிர்த்துப் போராடினார். வரலாற்றில், அரசியலில் அழிக்க முடியாத மனிதர் ஆனார். 19ம் நூற்றாண்டின் மாமனிதர் ஆக மாறினார்.

1891-ம் ஆண்டு ஏப்ரல் மாதம் 14-ம் தேதி இந்தூருக்கு அருகில் 'மோ' என்ற கிராமத்தில் சக்பால் ராம்ஜி - ரமாபாய் என்ற தம்பதிக்கு 14வது மகனாக பிறக்கிறார். தனது மகன் மகாபாரத கதையில் வரும் பீமனை போல் மாமனிதனாக இருக்க வேண்டும் என்று பீம்ராவ் ராம்ஜி சக்பால் என்று பெயரிடுகிறார் தந்தை.

1893-ல் சக்பால் ராம்ஜி பணியில் இருந்து ஓய்வு பெறுகிறார். பிறகு தபோலி நகருக்கு குடிபெயர்ந்து செல்கிறார். 1896-ல் தபோலி நகரில், பீம்ராவ் ராம்ஜி சக்பாலை ஆரம்ப பள்ளியில் சேர்த்து படிக்க வைக்கிறார். ஆரம்ப கல்வி முடிந்தவுடன், சாரதா நகரில்

உள்ள உயர் நிலைப்பள்ளியில் பீம்ராவ் சேர்க்கப்படுகிறார். அந்தோ பரிதாபம்! பள்ளிக்கூடத்தில் பாடம் பயிலுவதற்கு பதிலாக சாதீய கொடுமையின் கோரங்களையே அனுபவித்தார். வகுப்பறையின் கடைசியில் அதுவும் சாக்குத் துணியில்தான் பீம்ராவ் அமர வேண்டும். ஆசிரியர்கள் விடைத்தாள்களையோ, பாட புத்தகங்களையோ தொடமாட்டார்கள். கேள்வி கூட கேட்கமாட்டார்கள்; கேட்டால்,பதில் சொல்லும் பொழுது எச்சில் பட்டு விடுமாம்.

வகுப்பறையில் உள்ள பானையில் குடிநீர் குடிக்க கூடாது. மேல்சாதி மாணவன் குவளையில் தண்ணீர் எடுத்து ஊற்றினால் அதைக் கையேந்திதான் பருக வேண்டும். ஒரு நாள் பள்ளி செல்லும் வழியில் தாகம் மிகுதியால் குளத்தில் இறங்கி நீர் பருகி விட்டார். உடனே உயர்சாதியினர் மயக்கமடையும் அளவுக்கு அந்த சிறுவனை அடித்துப்போட்டனர்.

தனது தந்தையை காண்பதற்காக ஒருநாள், கோரேகான் என்ற ஊருக்கு சகோதரருடன் சென்றார் பீம்ராவ். குதிரை வண்டியில் செல்லும் போது இவர்கள் தாழ்ந்த ஜாதி என்று அறிந்த வண்டிக்காரன் திடீரென குதிரையை அவிழ்த்து வண்டியை கவிழ்த்துவிட்டான். பிறகு பணம் இரட்டிப்பாக தருகிறேன் என்று பேசிய பிறகு வண்டியில் அழைத்துச் செல்ல சம்மதித்தான். ஆனாலும் வண்டியை இவர்களே ஓட்டிக்கொள்ள வேண்டும் என்று நிபந்தனை விதித்தான். தலை முடியை வெட்ட கூட மறுத்தனர். பீம்ராவின் சகோதரர்கள் தங்களுக்கு தாங்களே முடிதிருத்தம் செய்து கொண்டனர்.

அவரது உயர்நிலைப் பள்ளி வாழ்க்கை அனேகமாக, ஒவ்வொரு மணித்துளியும் அவமானம், பகிஷ்கரிப்பு, தாக்குதல், வறுமை என கொடிய நரகமாக இருந்தது. அந்தச் சூழ்நிலையில் அதே பள்ளியில் ஆசிரியராக வேலை பார்த்த அம்பேத்கார் என்பவர் பீம்ராவ் ராம்ஜி சக்பாலை சரிசமமாக நடத்தினார். தனது உணவில் ஒரு பகுதியை பீம்ராவுக்கு அளித்தார். அவரின் இந்த ஆதரவு பீம்ராவ் ராம்ஜியின் உள்ளத்தில் நல்ல மதிப்பை ஏற்படுத்தியது. உயர்சாதியிலும் நல்லவர்கள் உள்ளார்கள் என்பதை உணர்ந்துகொண்டார். நீசத்தனமான அந்த சூழ்நிலையிலும் இப்படி ஒரு ஆசிரியரின் உதவி மறக்க முடியாததாக இருந்தது. எனவே அவர் தனது பெயரை பீம்ராவ் ராம்ஜி அம்பேத்கார் என்று மாற்றிக் கொண்டார்.

இதே நிலைதான் அவர் படித்த பம்பாய் எல்பின்ஸ்டன் மெட்ரிக்குலேஷன் பள்ளியிலும் நேர்ந்தது. அவருடைய விருப்ப மொழியான சமஸ்கிருதம் கற்க அனுமதிக்கவில்லை. விரும்பாத பாரசீக மொழியை கற்க நிர்ப்பந்திக்கப்பட்டார். எனினும் அதே மொழியில் படித்து அதிக மதிப்பெண்கள் பெற்று தேர்ச்சி பெற்றார். அவர் பிறந்த மகர் சாதியில் முதன் முதலாக மெட்ரிகுலேஷன் தேர்வில் வெற்றி பெற்றவர் அம்பேத்கார்தான்.

மெட்ரிகுலேஷன் முடித்த பிறகு மேல் படிப்பு படிக்க விரும்பினார். ஆனால், பணக்கஷ்டம் ஏற்பட்டது. மிகச் சிறிய வீட்டில் பெரிய குடும்பம் சிரமப்பட்டது. அந்த நேரத்தில் நண்பர் ஒருவர் உதவியுடன் பரோடா மன்னரிடம் இருந்து ரூபாய் 25 உபகாரச் சம்பளத்துடன் கல்லூரி படிப்பை முடித்தார். கல்லூரி விடுதியில் உணவளிக்க மறுத்தனர். பேராசிரியர் முல்லர் உணவளித்து உதவினார். 1912ல் பட்டப்படிப்பை முடித்தார் அம்பேத்கார்.

தொடர்ந்து படிக்க வசதியில்லாததால் பரோடா மன்னரின் ராணுவத்தில் லெப்டினன்ட் பணியில் சேர்ந்தார். பணியில் சேர்ந்த 15 நாளில் தந்தை சுகவீனமுற்றார். உடனே அம்பேத்கார் பம்பாய் திரும்பினார். சுகவீனமுற்ற தந்தையுடன் இருந்து அவருக்கு உதவினார். தனது தாயாகவும், ஆசிரியராகவும் இருந்த அன்புக்குரிய தந்தையை பிப்ரவரி 3-ம் தேதி இழந்தார் அம்பேத்கார்.

உயர்கல்வியும் ஒரு போராட்டமே

1913-ல் பரோடா மன்னர் கெய்க்வாட் உதவியுடன் கொலம்பியா பல்கலைக்கழகத்திற்கு படிக்கச் சென்றார். படிப்பு முடித்து மன்னர் ராஜ்ஜியத்தில் 10 வருட சேவை என ஒப்பந்தத்துடன் அனுப்பப்பட்டார். அங்கு 1915-ல் 'பண்டைய கால இந்திய வர்க்கம்' என்ற ஆய்வுக் கட்டுரை சமர்ப்பித்து எம்ஏ பட்டம் பெற்றார். 1916-ல் மே மாதத்தில், 'இந்தியாவில் சாதிகள்' என்ற தலைப்பிலும் ஜூன் மாதத்தில் 'இந்தியாவில் தேசிய பங்கு தொகை' என்ற ஆய்வறிக்கையும் சமர்ப்பித்து பாராட்டைப் பெற்றார்.

இதனிடையே படிப்பு காலம் முடிந்துவிட்டது. உடனே திரும்பக் கூறி மன்னர் அழைப்பு விடுத்தார். மன்னரிடம் கிடைத்த உபகாரச் சம்பளத்தில் ஒரு பகுதியை குடும்ப செலவிற்காகவும் அனுப்பி வைத்தார். அம்பேத்காரின் குடும்பம் வறுமையின்

பிடியில் சிக்கித் தவித்தது. எனவே மன்னரின் அழைப்பை ஏற்று திரும்பினார். தனது புத்தகங்களை சரக்கு கப்பலில் அனுப்பி வைத்து விட்டு, பயணிகள் கப்பலில் இந்தியா வந்து சேர்ந்தார். அப்போது போர்க்காலமாக இருந்ததால் குண்டு வீச்சுக்கு ஆளாகி சரக்கு கப்பல் மூழ்கியது. 1917 ஆகஸ்ட் 21ல் பம்பாய் திரும்பிய அம்பேத்கார், பரோடா செல்வதற்கு பணமில்லாமல் திண்டாடினார். அந்த நேரத்தில் மூழ்கிப்போன புத்தகத்திற்கான நஷ்டத் தொகையை சம்பந்தப்பட்ட கம்பெனி அனுப்பி வைத்தது. அதில் ஒரு பகுதியை குடும்பச் செலவிற்கு கொடுத்தார். மறுபகுதி வைத்துக் கொண்டு பரோடாவுக்குச் சென்றார்.

பணிபுரியும் இடமும் பகிஷ்கரிப்பு ஆனது

பரோடாவில் அம்பேத்காரை ராணுவ செயலாளராக நியமித்தார் மன்னர். அங்கும் தீண்டாமை தலைவிரித்தாடியது. அம்பேத்காரிடம் கோப்புகளை கொடுக்காமல் தூக்கி எறிவார்கள். தண்ணீர் கொடுக்க மறுத்தார்கள். மேலும் அவர் தாழ்ந்த சாதி என்பதால் குடியிருந்த 'பார்சி' சத்திரத்தில் தங்க விடாமல் துரத்தினர். மன்னரிடம் முறையிட்டார்; அவர் இடம்ஒதுக்க திவானிடம் கூறினார்; ஆனால் திவான் சாதி வெறியால் இடம் ஒதுக்க மறுத்ததால் பம்பாய் திரும்பி தனது நண்பரிடம் கூறினார். அவர் பரோடாவில் உள்ள ஒரு பேராசிரியரிடம் பேசி தங்க ஏற்பாடு செய்து அனுப்பி வைத்தார். அம்பேத்கார் பரோடா சென்று ரயில் நிலையத்தில் இறங்கியபோது பரோடா பேராசிரியரின் வேலையாள் ஒரு கடிதம் கொடுத்தான். அதில், தனது வீட்டில் அம்பேத்கார் தங்குவதை மனைவி எதிர்ப்பதாகக் குறிப்பிட்டிருந்தார். உடனே அடுத்த ரயிலில் அம்பேத்கார் பம்பாய் திரும்பினார்.

குடும்ப கஷ்டம் காரணமாக அவர் 1918-ல் பம்பாய் சைடன்ஹாம்ஸ் வர்த்தக கல்லூரியில் பொருளாதார பேராசிரியராக பணியில் சேர்ந்தார். மாணவர்கள் முதலில் அவரை ஏற்க மறுத்தனர்; பிறகு அவரது அறிவுத் திறமையை கண்டு ஏற்றுக் கொண்டனர். இருப்பினும் பேராசிரியர்கள் மத்தியில் அவரை பகிஷ்கரிக்கும் நிலை தொடர்ந்து நீடித்தது. 1920-ல் கோலாப்பூர் சாகு மகாராஜா உதவியுடன் 'மூக் நாயக்' என்ற பத்திரிகையை ஜனவரி 31-ல் வெளியிட்டார் அதன் மூலம் கிடைத்த வருவாயை மீதி பிடித்து, ஜூலை மாதத்தில் லண்டனுக்குப் பயணமானார்.

1921 ஜூனில் ''பிரிட்டிஷ் இந்திய ராஜாங்க நிதியில் மாநிலங்களுக்கான அதிகார பரவல்'' என்ற ஆய்வுக் கட்டுரையை

சமர்ப்பித்தார். அவருக்கு எம்எஸ்சி பட்டம் கிடைத்தது. 1923-ல் ‘‘ரூபாயின் பிரச்சனை’’ என்ற ஆய்வுக் கட்டுரைக்காக லண்டன் பல்கலைக்கழகம் அவருக்கு டாக்டர் பட்டம் அளித்தது. அதே ஆண்டில் ‘பார் அட் லா’ பட்டத்தையும் பெற்றார்.

1923 ஜூனில் பம்பாய் திரும்பி வழக்கறிஞராக பணியாற்ற துவங்கினார். வழக்கறிஞராக பதிவு செய்வதற்கான பதிவுக்கட்டணம் கூட அவரிடம் இல்லை. நண்பர் நேவர் பதேனா அந்தப் பணத்தைக் கட்டினார். வழக்கறிஞராக பணிபுரிந்த இடத்தில் உயர்சாதியினர் வழக்குகளை தர மறுத்தனர். சக வழக்கறிஞர்கள் கூட அம்பேத்காரை புறக்கணித்தனர்.

ஆனால், இந்த அவமானங்களை எல்லாம் தாங்கிக்கொண்டு, அர்ப்பணிப்போடு, தாழ்த்தப்பட்ட மக்களின் துயர் துடைக்கவே தனது வழக்கறிஞர் சேவையில் பெரும்பகுதியை அம்பேத்கார் செலவிட்டார்.

அவர் பணி புரிய சென்ற ஒவ்வொரு மூலையிலும் இந்த தீண்டாமை என்னும் இழிசெயல் அவரை சுட்டெரித்துக்கொண்டே இருந்தது.

போர்க்களத்தில்

தீண்டாமையை ஒழிப்பதற்கான போராட்டத்தை அம்பேத்கர் துவக்கினார். 1924 மார்ச் 9ல் ‘‘பகிஷ்கார ஒழிப்பு சபை’’ என்ற அமைப்பை ஏற்படுத்தினார். இந்த அமைப்பின் நோக்கம் தாழ்த்தப்பட்ட மக்கள் மத்தியில் கல்வியை வளர்ப்பது மற்றும் கலாச்சார மேம்பாடு ஏற்படுத்துவதாக இருந்தது. இந்த அமைப்பிற்கு சி.எச்.செதால்பட், நீதிபதி நிஸாம் போன்ற மேல்சாதி தலைவர்களையே பொறுப்பாளர்களாக தேர்ந்தெடுத்தார். தீண்டாமை என்பது இந்திய மக்களின் பிரச்சனை - தாழ்த்தப்பட்ட மக்கள் பிரச்சனை மட்டும் அல்ல என்பதையும் நிரூபித்தார்.

1927 மார்ச் 12 மற்றும் 20ம் தேதிகளில் மகத் நகரில், சவுதாகர் குளப் போராட்டத்தை ஆரம்பித்தார். 1925-ல் பெரியாரின் வைக்கம் போராட்டம் அம்பேத்காரை பெருமளவு கவர்ந்திழுத்தது. இந்தப் போராட்டத்தின் உத்வேகம் அம்பேத்காருக்கு சவுதாகர் குளப் போராட்டத்தை தீவிரப்படுத்த உதவியது. ஐயாயிரம் பேர் கூடிய அந்த மாநாட்டில் இறுதி நாள் 20-ம் தேதி அம்பேத்கார் தலைமையில் குளத்தில் இறங்கி நீரைப் பருகிவிட்டு மாநாட்டு மண்டபத்திற்கு திரும்பினர். சிறிது நேரத்தில் சாதிய வெறி பிடித்த

கும்பல் மாநாட்டு பந்தலில் புகுந்து தாக்கி சேதப்படுத்தியது. அம்பேத்கார் மேலும் இரண்டு நாள் அங்கேயே தங்கி காயம் பட்டவர்களுக்கு சிகிச்சை அளிக்க உதவினார். குற்றவாளிகள் மீது சட்டப்படி நடவடிக்கை எடுக்கவும் உதவினார். பிறகு அந்தக் குளத்தில் மேல்சாதியினர் சாணம், பால் ஆகியவற்றை தெளித்து குளத்தை சுத்தப்படுத்தும் சடங்கை நடத்தினர். இதில் தாழ்த்தப்பட்ட மக்களுக்கு ஆதரவாக இருந்த பல மேல்சாதியினர் கலந்து கொள்ளாமல் புறக்கணித்தனர்.

1930 மார்ச் 2ல் நாசிக் கோவிலில் நுழையும் போராட்டத்தை அம்பேத்கார் நடத்தினார். 15 ஆயிரம் பேர் கூடினர். கோயிலினுள் நுழையவிடாமல் காவல்துறை தடுத்தது. இறுதியில் ஏப்ரல் 8-ம் தேதி இரு பகுதியும் இணைந்து ராமர் தேர் இழுக்க சம்மதித்தனர். ஆனால், சாதி இந்துக்கள், குறித்த நேரத்திற்கு முன்பே தேரை இழுத்துச் சென்று விட்டனர். தொடர்ந்து சத்தியாக்கிரக போராட்டம் செய்து 1935-ல் தாழ்த்தப்பட்ட மக்கள் கோவிலுக்குள் செல்ல அனுமதி கிடைத்தது.

இப்படி அவ்வப்போது நடைபெறும் கொடுமைகளுக்கு எதிராக பல போராட்டங்களை நடத்தினாலும் தாழ்த்தப்பட்ட மக்கள் பொருளாதார மற்றும் கல்வி, அரசியல் துறைகளில் முன்னேற்றம் கண்டால் கோவிலுக்கு செல்லும் உரிமை தானாக வந்துவிடும் என்று கருதினார். காந்தியுடன் நடந்த வாதத்தில் இதை அம்பேத்கார் வெளிப்படுத்தினார்.

காங்கிரசும் அம்பேத்காரும்

காங்கிரஸ் கட்சிக்குள்ளேயே சாதியக் கொடுமை என்பது கோரத்தாண்டவம் ஆடியது. இதனால் அவர் காங்கிரசை வெறுத்தார். காந்தியுடன் நடந்த சந்திப்பில் கீழ்க்கண்டவாறு கூறினார்:

காங்கிரஸ் தான் கூறுவதில் விசுவாசமாக இருந்தது இல்லை. அவ்வாறு விசுவாசமாக இருந்திருக்குமானால் நிச்சயம் தீண்டாமையை ஒழித்திருக்கும். காங்கிரஸ் கட்சியின் உறுப்பினராக கதர் அணிய வேண்டும் என்ற நிபந்தனை இருப்பதுபோல், தீண்டாமையை அகற்றுவதையும் நிபந்தனையாக சேர்த்திருக்க வேண்டும். தாழ்த்தப்பட்ட பெண்ணையோ ஆணையோ தன் வீட்டில் வேலைக்கு வைத்துக் கொள்ளாத அல்லது ஒரு தாழ்த்தப்பட்ட மாணவனை வளர்க்காத அல்லது வாரத்திற்கு

ஒருமுறை ஒரு தாழ்த்தப்பட்ட மாணவனோடு உணவு உண்ணாத எவரும் காங்கிரசின் உறுப்பினராக முடியாது என்று நீங்கள் செய்திருக்கலாம். அத்தகைய ஒரு நிபந்தனை இருந்திருந்தால் தாழ்த்தப்பட்ட மக்கள் கோவிலுக்குள் நுழைவதை எதிர்ப்பது போன்ற கேலிக்கூத்தான காட்சிகளை நீங்கள் தவிர்த்திருக்க முடியும். காங்கிரஸ் பலத்தை விரும்புகிறது. இத்தகைய நிபந்தனை விதிப்பது விவேகம் அற்றது என கூறுகிறீர்கள். கோட்பாடு என்பதை விட பலத்தை தான் காங்கிரஸ் விரும்புகிறது. இதுதான் எனது குற்றச்சாட்டு என்று அம்பேத்கார் முன்வைத்தார்.

இதேபோல் அவர் 1927-ல் நடத்திய ‘பகிஷ்காரம் பாரதம்’ என்ற பத்திரிகையில், ‘‘திலகர் மட்டும் தாழ்த்தப்பட்ட சாதியில் பிறந்திருந்தால் சுதந்திரம் எனது பிறப்புரிமை என்பதற்கு பதிலாக தீண்டாமை ஒழிப்பு எனது பிறப்புரிமை’’ என்று கூறியிருப்பார் என்று எழுதினார். தாழ்த்தப்பட்ட மக்களுக்கு தனி வாக்காளர் தொகுதி ஒதுக்கப்பட்டது கண்டு காந்தி கோபமடைந்தார். அவர் ஏற்கனவே அறிவித்தபடி எரவாடா சிறையில் சாகும்வரை உண்ணாவிரதத்தை தொடங்கினார். இதைக்கண்டு அம்பேத்கார் கோபம் அடைந்தார். காந்தியின் உண்ணாவிரதம் நியாயமற்றது; நிறுத்த வேண்டும் என்று கோரிக்கை வைத்தார். இதற்காக கூட்டப்பட்ட மாநாட்டில் ‘‘காந்திஜியின் உயிரை காப்பாற்றுவதற்காக என்னுடைய மக்களின் நலன்களுக்கு எதிராக எந்த ஒரு திட்டத்திற்கும் உடன்பட மாட்டேன்’’ என தெளிவாக அம்பேத்கார் அறிவித்தார்.

மாகாண சட்டசபையில் 197 தொகுதிகளை அம்பேத்கார் கோரினார். காங்கிரஸ் 126 தொகுதிகளை தருவதாக அறிவித்தது. இறுதியில் மாகாண சட்டசபையில் 148 இடங்களிலும் மத்திய சட்டசபையில் 10 சதத்தையும் ஒதுக்குவதாக உடன்பாடு ஏற்பட்டது. அம்பேத்கார், ராஜாஜி, டாக்டர் சோலங்கியுடன் காந்தியை சிறையில் சந்தித்தார். ‘‘இந்து மதம் தன்னுடைய கடந்த கால பாவங்களுக்காக தானே பிராயச்சித்தம் செய்து கொள்வதற்கு கடைசி வாய்ப்பு கொடுங்கள்’’ என்று காந்திஜி கேட்டார். பிறகு மேற்கண்ட தொகுதி அடிப்படையில், செப்டம்பர் 24 நாளில் உடன்பாடு ஏற்பட்டது.

வறுமைக்கு மத்தியில் குடும்பத்தில் பெரும் இழப்பை அம்பேத்கார் சந்தித்தார். அவர், மேல் படிப்பிற்காக அமெரிக்கா செல்லும் முன் பெண் குழந்தை பிறந்து இறந்து விட்டது. 1912-ல் ஒரு ஆண் மகன் பிறந்தான். அவனுக்குப் உபஷ்வந்த் என்று

பெயரிட்டார். 12 ஆண்டுகளுக்குப் பிறகு இன்னொரு ஆண் குழந்தை பிறந்தது. அவனுக்கு புத்தரின் பெயராகிய ராஜரத்தினம் என்று பெயரிட்டார். அதன்பின் இரண்டு மகன்கள் பிறந்து இறந்து விட்டனர். அவர் மிகவும் நேசித்த ராஜரத்தினம் 1925-ல் இறந்தான். இதனால் அம்பேத்கார் நிலைகுலைந்து போனார். இளமையில் திருமணமும் வறுமையும் அவர்களை வாட்டி வதைத்தது. தொடர்ந்து அவரது மனைவி ரமாபாய் 1935 மே மாதம் 27ம் தேதி காலமானார். குடும்பத்தின் தொடர்ச்சியான இழப்புகள் அவரை அதீதமாக பாதித்தது.

கம்யூனிஸ்ட்களுடன் அம்பேத்கார்

1929-ல் பம்பாய் பஞ்சாலை தொழிலாளர்கள் 1.50 லட்சம் பேர் வேலை நிறுத்தத்தில் இறங்கினர். இளம் கம்யூனிஸ்ட் தலைமையிலான கிர்னிகாம்கார் சங்கம் இதை வழி நடத்தியது. இதன் தலைவர்களாக பி.டி.ரணதிவே, எஸ்.ஏ. டாங்கே போன்றவர்கள் இருந்து வழிநடத்தினர். அம்பேத்கார் இந்த போராட்டத்தை எதிர்த்தார். தாழ்த்தப்பட்ட தொழிலாளர்களை வேலைக்கு போகச் சொல்லி அறைகூவல் விடுத்தார். இதற்கு, பஞ்சாலைக்குள் இருந்த சாதிய வேற்றுமை காரணமாக இருந்தது. மேலும் இது அரசியல் காரணத்திற்கான போராட்டம் என்று கூறி வெறுத்தார். பொதுவாக கம்யூனிஸ்டுகளை அவர் மறுதலித்தார். காரணம் அவர் சட்டரீதியான முறையையும் சீர்திருத்தத்தையும் நம்பியிருந்தார். தீவிர மாறுதல்களை எதிர்த்தார். இந்திய தொழிலாளர்கள் சாதிய ரீதியில் வேறுபட்டு உள்ளனர். எனவே சமூகத்தை மாற்றும் திறன் தொழிலாளி வர்க்கத்திற்கு இல்லை என்றார். அப்போதைய கம்யூனிஸ்ட் தலைவர்கள் உயர் சாதியில் தோன்றியவர்கள் என்பதால் அவரது உள்ளுணர்வு அவர்களை ஏற்க மறுத்தது. தாழ்த்தப்பட்டவர்கள் கம்யூனிஸ்ட் கட்சியில் சேர்ந்த போது தங்கள் வகுப்பிலிருந்தே அவர்களை ஒதுக்கி வைத்தார். அம்பேத்காரின் ஆரம்பகால கூட்டாளி தோழர் ஆர்.பி. மோர் கூட இதற்கு விதிவிலக்கல்ல.

அம்பேத்காரின் இந்த நடவடிக்கை பற்றி தோழர் பி.டி. ரணதிவே கீழ்க்கண்டவாறு குறிப்பிடுகிறார்:

அவரது இயக்கம் தொழிலாளி வர்க்க இயக்கத்தை சீர்குலைத்தது என்பதில் சந்தேகமில்லை. ஆனால் அது சரியான அர்த்தத்தில் கூறப்பட வேண்டும். அம்பேத்காருடைய இயக்கமான தீண்டாமை ஒழிப்பு இயக்கம் ஏகாதிபத்திய எதிர்ப்பு

இயக்கத்திலிருந்து அந்நியப்பட்டிருந்தது. ஓரளவு தொழிலாளி வர்க்க இயக்கத்திலிருந்தும் அந்நியப்பட்டிருந்தது. அதன் விளைவுதான் அம்பேத்காரின் இந்த நிலைபாட்டிற்கு காரணம். இந்த நிலைபாட்டை வரலாற்று ரீதியில் பார்க்க வேண்டும். முதலாளித்துவ சுரண்டலை விட சாதிய ஒடுக்குமுறையின் கொடூரம் எந்த அளவுக்கு இருந்தது என்பதை தெளிவுபடுத்தினார். அதன் வெளிப்பாடாகத்தான் அம்பேத்காரின் இந்த நிலைப்பாடு இருந்தது என்பதை சமூகப் பின்னணியோடு ரணதிவே எடுத்துரைத்தார்.

அம்பேத்கார் தொடர்ந்து கம்யூனிஸ்ட்களுடன் மோதவில்லை. பல நேரங்களில் இணைந்தும் நின்றார். 1938-ல் தொழிலாளர் விரோத மசோதாவை எதிர்த்து கம்யூனிஸ்டுகளுடன் இணைந்து கூட்டுப் போராட்டம் நடத்தினார். இந்த மசோதாவை சட்டமன்றத்திலேயே அம்பேத்கார் எதிர்த்தார். இதை எதிர்த்து நடந்த மறியல், வேலைநிறுத்தம், பேரணியிலும் அம்பேத்கர் கலந்துகொண்டார். நவம்பர் 7ல் நடந்த பேரணியில் ரணதிவே, டாங்கே, மிராஜ்கர் ஆகியோர் உரையாற்றிய பின் இறுதியில் அம்பேத்கார் பேசினார். ‘‘தொழிலாளர்கள், கூட்டத்தில் கலந்துகொண்டு கோஷம் போடுவதுடன் நின்றுவிடாமல் தங்களது சொந்த பிரதிநிதிகளை தேர்ந்தெடுப்பதன் மூலம் அதிகாரத்தைக் கைப்பற்ற வேண்டும்’’ என்று கூறினார்.

அரசியல் கட்சி

புனே ஒப்பந்தம் குழப்பத்தில் கிடந்தது. 1935-ன் இந்திய சட்டப்படி மாகாணங்களுக்கான தேர்தல் 1937-ல் நடைபெற இருந்தது. 1936 ஆகஸ்ட் மாதத்தில் அம்பேத்காரும் அவரது ஆதரவாளர்களும் ‘‘சுதந்திரத் தொழிலாளர் கட்சியை’’ உருவாக்கினர். அதன் சார்பில் அம்பேத்கர் உட்பட 17 பேர் வேட்பாளராக நிறுத்தப்பட்டனர். இதில் 15 பேர் வெற்றிபெற்றனர். காங்கிரஸ் ஆளும் கட்சியாக மாறியது. அம்பேத்கார் எதிர்க்கட்சி வரிசையில் அமர்ந்தார். அமைச்சர்களின் சம்பள உயர்வு மசோதாவை எதிர்த்தார். இந்தியாவில் முதன்முதலாக பண்ணை அடிமைத்தனத்தை ஒழிப்பதற்கான மசோதாவை கொண்டு வந்தார். இந்த மசோதாவுக்கு ஆதரவாக அணி திரண்ட விவசாயிகள் பேரணியில் ‘‘உலகில் இரண்டு வர்க்கங்கள் தான் உள்ளன. ஒன்று ஏழை வர்க்கம் மற்றொன்று பணக்கார வர்க்கம்’’ என்று கூறினார்.

அரசியல் சட்டம்

1947 ஆகஸ்ட் 29-ல் அரசியல் சட்ட நகலை தயாரிக்க அம்பேத்காரின் தலைமையில் ஒரு அரசியல் நிர்ணய சபை அமைக்கப்பட்டது. இந்தக் குழுவின் பெரும்பாலான உறுப்பினர்கள் பல்வேறு பணிகளில் இருந்ததால் அனேகமாக இதன் பெரும் பகுதியை அம்பேத்கார் மட்டுமே தயாரிக்க வேண்டிய நிலை இருந்தது. கடுமையான உடல்நலக் குறைவுக்கு மத்தியில் 1948 பிப்ரவரியில் அரசியல் சட்டம் தயாரிக்கும் பணி நிறைவேறியது. இந்த நகல் அரசியல் சட்டம் விவாதத்திற்கு விடப்பட்டது.

தனது பணியை தொடர்ந்து செய்து முடித்த அம்பேத்கார் ஓய்வு பெறவும், சிகிச்சை பெறவும் பம்பாய் வந்தார். வயதான காலத்தில் அவர் உதவிக்கு வாழ்க்கை துணை வேண்டும் என கருதினார். அவர் சிகிச்சை பெற்று வந்த மருத்துவமனையில் பணியாற்றிய டாக்டர் குமாரி சாரதா கபீர் என்பவரை மணந்து கொண்டார். 1948 ஏப்ரல் 15-ல் டெல்லியில் அவரது இல்லத்தில் திருமணம் நடந்தது.

இந்நிலையில், பல அமர்வுகளுக்கு பிறகு அரசியல் சட்டம் இறுதி யாக்கப்பட்டது. 1949 நவம்பர் 25-ல் விவாதத்திற்கு பதில் அளித்த பொழுது அம்பேத்கார் ஒரு எச்சரிக்கை விடுத்தார்.

''1950 ஜனவரி 26-ம் தேதி நாம் ஒரு முரண்பாடான வாழ்க்கையில் நுழையப் போகிறோம். அரசியலில் சமத்துவத்தை பெற்றிருப்போம்; சமூக பொருளாதார வாழ்வில் அசமத்துவத்தை பெற்றிருப்போம்'' என எச்சரித்தார்.

அரசியல் சட்டத்தைப் பற்றி

நேரு அமைச்சரவையில் சட்ட அமைச்சராக இருந்த அவர், 1952-ல் தேர்தலில் பம்பாய் தொகுதியில் போட்டியிட்டு தோல்வி அடைந்தார். ஆனால் பம்பாய் மாநில சட்டசபையில் இருந்து மேல் சபைக்கு தேர்ந்தெடுக்கப்பட்டார். நேரு அரசின் தவறான கொள்கைகளை கடுமையாக அவர் சாடினார். மொழிவழி மாநிலத்தை உருவாக்கும் பிரச்சனையில் நேரு அரசின் ஊசலாட்டத்தைக் கண்டித்தார். 1952-ல் ஆந்திர மாநில மசோதா மீது பேசும்போது, ''நீங்கள் தானே அரசியல் சட்டத்தை உருவாக்கினீர்கள் என்று என்னை கேட்கிறார்கள். அவர்களுக்கு நான் சொல்லும் பதில் நான் ஒரு சவாரி குதிரை. நான் என்ன செய்ய வேண்டும் என்று கூறப்பட்டேனோ, அதை எனது விருப்பத்துக்கு எதிராகவே செய்தேன்'' என்று கூறினார்.

''நான் அரசியல் சட்டத்தை எழுதியதாக கூறுகிறீர்கள். ஆனால், ஒரு விஷயத்தை சொல்லத் தயாராகி விட்டேன். அந்த அரசியல் சட்டத்தை எரிக்கும் முதல் நபர் நானாகத்தான் இருப்பேன். அது எனக்கு தேனும் இல்லை; யாருக்கும் பொருந்தவில்லை என்றார்.

சென்னை ராஜதானியில் ராஜாஜியும், பம்பாயில் மொரார்ஜி தேசாயும் சட்டவிரோதமாக முதலமைச்சர் ஆனதை அம்பேத்கார் வன்மையாக கண்டித்தார். மாநிலங்களவையில் தொடர்ந்து அவர் சேவை புரிந்தார். 1954 தீண்டாமை குற்றம் சட்டம் கொண்டு வரப்பட்டதற்கு பல ஆலொசனைகளை வழங்கினார். மக்கள் அனுமதியின்றி அரசியல் சட்டம் அடிக்கடி மாற்றப்படுவதை எதிர்த்தார். நேரு, கம்யூனிஸ்ட் நாடுகளுடனும் சோசலிச நாடுகளுடனும் உறவு கொள்வதை விமர்சித்தார். தாழ்த்தப்பட்ட மக்கள் மீது அரசு கடைபிடிக்கும் கொள்கையை வன்மையாக கண்டித்தார்.

1950-ம் ஆண்டு 'சம்யுக்தா மகாராஷ்டிரா' கோரிக்கையை முன்வைத்து கம்யூனிஸ்ட், சோசலிஸ்ட் கட்சிகளும், ஜனநாயக கட்சிகளும், சம்யுக்த மகாராஷ்டிரா சமிதி என்ற அமைப்பை துவக்கியதை அம்பேத்கார் வரவேற்றார். அந்த அமைப்புடன் கூட்டாக சேர்ந்து போராட்ட களத்தில் குதித்தார். இதனால் அந்த போராட்டம் மேலும் வலுப்பெற்றது. இதுவே அவரின் அரசியல் வாழ்வின் இறுதி நிகழ்ச்சியாக இருந்தது. 1957ல் நடைபெற இருந்த தேர்தலில் இந்த சமிதி சார்பில் பம்பாயில் வேட்பாளராக போட்டியிட தேர்வு செய்யப்பட்டபோது அதோ! அந்தப் பரிதாபம் நிகழ்ந்தது.

கடுமையான ரத்தக் கொதிப்பு நோயாலும், நீரிழிவு நோயாலும் அவதிப்பட்டு வந்தார். தீவிர சிகிச்சையில் இருந்தார். டெல்லியிலேயே அவரது பணிகள் நீடித்து வந்த நிலையில், 1956 டிசம்பர் 6-ம் தேதி வழக்கம்போல் அவரை எழுப்பச் சென்ற மனைவி பதில் வராததால் பரிசோதித்து பார்த்தார். அம்பேத்கார் தூக்கத்திலேயே மாரடைப்பால் மரணமடைந்திருந்தார்; மனைவி கதறி அழுதார்.

1956 டிசம்பர் 7ம் தேதி பம்பாய் இந்து இடுகாட்டில் லட்சக்கணக்கான மக்களின் அஞ்சலிக்குப் பிறகு புத்த பிட்சுகள் இறுதி நிகழ்ச்சிகளை நடத்த அம்பேத்காரின் மகன் யஷ்வந்த், சிதைக்கு தீ மூட்டினார்.

அம்பேத்கார் மறைந்தார். ஆனால் தாழ்த்தப்பட்ட மக்கள் தங்களின் கண்ணியமான வாழ்விற்காகவும் வறுமையிலிருந்து பெறுவதற்காகவும் நெடுங்காலமாய் காத்துக் கொண்டே இருக்கிறார்கள். எனவே, அம்பேத்கார் இயற்றிய போராட்ட தீபத்தை, அந்த லட்சியத்தை அடையும் வரை எரிய வைப்போம்.

9
கதிரவன் முகம் காணாதவர்கள்

படித்தாலே இரத்தம் கொதிக்கும் வர்க்க பகைத்‘தீ’ பற்றி எரியும். யுத்தம் தொடங்க வேண்டும் எனும் வெறி தலைக்கேறி எழுச்சியுறும். அத்தகைய கொடுமை நிறைந்த பண்ணை அடிமைச் சமூகத்தில் அல்லவா, நமது முந்தைய தலைவர்கள் பயணித்து, பண்ணையடிமைகளின் விடுதலைக்கு வித்திட்டுள்ளார்கள்!

சூரியக் கதிர்கள் எழுமுன் பண்ணையடிமைகளின் கால்கள் வயலில் இறங்க வேண்டும். ஆண்டையின் அடியாட்கள் தூரத்தில் இருப்பார்கள். இருளில் பணி துவங்கினார்களா? இல்லையா? என்பது தெரியாது. பணியில் இறங்கி விட்டோம் என்பதை தெரிவிக்க பண்ணைக்கூலிகள் ‘காலேரிப்பாட்டு’ என்ற ஒலியை எழுப்புவார்கள். சூரியக் கதிர்கள் படர்ந்த பிறகு, பெண்கள் ஒருகையில் கஞ்சிக் கலயம், இடுப்பிலே குழந்தைகளுடன் வயல் வெளி வந்து, மரத்தின் தொட்டிலில் குழந்தைகளை இறக்கிபோட்டு, வரப்புகளில் கஞ்சிக் கலயத்தை வைத்துவிட்டு, பணிகளில் இறங்கி விடுவார்கள். சூரியக் கதிர்களை எந்த பண்ணையடிமையின் முகமும் பார்க்காது, முதுகு மட்டுமே பார்க்கும். நடவு, களை எடுத்தல், உழுதல், அறுத்தல் என அனைத்தும் தலைகுனிந்தே நடக்கும். நிமிர்ந்தால் ஆண்டையின் ஆட்கள் அரட்டுவார்கள். கதிரவன் மறைந்து இருள் படர்ந்த பிறகும், கூலிகள் மேலேறி வீட்டிற்கு செல்ல முடியாது. ஆண்டையின் வீட்டிற்கு சென்று,

கைகட்டி, தலைகுனிந்து நெல்லை கூலியாக பெற்று, அதை அரிசியாக மாற்றி இரவு 11 மணிக்கு கஞ்சியை குடிப்பார்கள். அடுத்த நாள் உயிர்வாழ, உழைத்திட படுத்துக் கொள்வார்கள். நிமிர்ந்து இருந்த நேரங்களைவிட, குனிந்தே இருந்த நேரங்கள்தான் வாழ்க்கையாக இருந்தது.

கிராமங்களில் இரவுகளில்தான் கூத்து, நாடகம் நடக்கும். முன்வரிசையில் ஆண்டைகள், அதற்கு பின்னால் இதர உயர் சாதிகள், அதிலிருந்து பல அடி தூரம் தள்ளி வைக்கோல் பிரிகட்டி, அதற்கு பின்னால் பண்ணையடிமைகள். தவறி கூட எழுந்து பார்க்ககூடாது. காலை 3 மணிக்கு மேல் கூத்து நடந்தாலும் இவர்கள் பணிக்கு சென்றுவிட வேண்டும்.

பண்ணையடிமைகளுக்கு நோய் வந்தால் மருத்துவரிடம் செல்வர். அவருக்கு தெரிந்த நோய் இரண்டு. ஒன்று அய்யனார் சேட்டை. மற்றது முனி பயமுறுத்தல். இரண்டுக்கும் ஒரே மருந்து 'விபூதி' – ஒரு கைப்பிடி விபூதியை கொடுப்பார். அப்படியே முழுங்கிட வேண்டும். அதற்கு விலையாக ஒரு 'மரக்கால்' நெல் கொடுக்க வேண்டும்.

ஆண்டையின் அனுமதியுடன் திருமணம் செய்து கொள்ளலாம். அதற்காக ஆண்டை வீட்டிலிருந்து ஒரு மூட்டை நெல் தரப்படும். இலவசமாக அல்ல. கடன் பத்திரம் எழுதி வாங்கிய பிறகு. 'பெண் பார்த்தல்' – மாப்பிள்ளை பார்த்தலில் ஆண்டையின் ஆள் ஒருவர் வருவார். இவருடன் பெற்றோர் மட்டும் ஈடுபட வேண்டும். மற்ற உறவினர்கள் வரக்கூடாது. வேலை பாதிக்கும். விருந்துக்கு மட்டும் மாலையில் அனுமதி உண்டு. பிறக்கும் குழந்தைகளும் பண்ணையிலேதான் இருக்க வேண்டும் என்பது நியதி.

சொல்படி கேட்கவில்லை, வேலைக்கு தாமதம், எதிர்த்து பேசுதல் அனைத்துக்கும் ஆண்டையின் வீட்டு முன்னால் சாட்டையடிதான் தண்டனை. ஐந்து பிரி சாட்டையின் நுனியில் கூறான கூழாங்கற்கள் கட்டியிருக்கும். அடித்து இழுக்கும் போது சதை பிய்த்துக் கொண்டுவிடும். ரத்தம் சொரியும். வாயில் துணி இருக்கும் கத்தக்கூடாது என்பதற்காக அல்ல... அடிப்பவனை துப்பிவிடக்கூடாது, எதிர்த்து பேசிவிடக்கூடாது என்பதற்காக. இப்படித்தான் 1940-ம் ஆண்டுகளில் தமிழகத்தின் தஞ்சைத் தரணியில் பண்ணை அடிமைச் சமூகம் பயணித்துக் கொண்டிருந்தது.

எதிர்ப்பேதான் பிறப்பு

கொடி சுத்தி பிறந்தவர்கள் உண்டு! குறைமாதத்தில் பிறந்தவர்கள் உண்டு! ஆனால் பிறப்பே எதிர்ப்பின் அடையாளமாக இருப்பதை கண்டதுண்டா? இதோ இருக்கிறதே! பண்ணையடிமையான சாத்தன் பர்மாவிற்குச் சென்றான். அங்கு பக்கவாதத்தால் படுத்துவிட்டான். மனைவி அமிர்தம் கர்ப்பம் தரித்து இருந்தார். சாத்தனின் சகோதரிகள் இந்தக் கருதான் சாத்தனின் நோய்க்கு காரணம் என முடிவெடுத்து, கருஞ்சீரகத்தை கரைத்து கொடுத்தார்கள். கணவனின் நலன் கருதி குடித்தாள் அமிர்தம். கரு கலையவில்லை. கண்ணாடியை தூள்களாக்கி வெல்லத்தில் சேர்த்து கொடுத்தார்கள். அதையும் உண்டாள் அமிர்தம். கரு கலையவில்லை. கருஞ்சீரகத்தையும், கண்ணாடித்துகளையும் வென்று 1926 புரட்டாசி 27 அன்று வெளியே வந்தான் தனிக்கொடி. விட்டார்களா அத்தைமார்கள்! தாய் பாலுக்கு பதிலாக இஞ்சித் தண்ணீரை கொடுத்தனர். வீட்டிற்கு வெளியே குப்பைக் கூளங்களில் போட்டார்கள். ஊரில் கள் இறக்கும் நாடார் இரக்கப்பட்டு மரத்துப்பால் என்கிற தென்னங்கள்ளை கொடுத்தனர். சத்து கிடைத்தது தனிக்கொடிக்கு. தாய்ப்பாலை விட மரத்துப்பாலில்தான் வளர்ந்தான். வீட்டில் இருந்ததைவிட வெளியில் கிடந்த நாட்கள் அதிகம். தந்தை சாத்தன் குணமாகி வந்து குழந்தையை எடுத்து பாதுகாக்க ஆரம்பித்தான். பிறப்பும், குழந்தை பருவ வளர்ப்பும் எதிர்ப்புடன் கூடியதாகவே அமைந்தது தனிக்கொடிக்கு. இந்த தனிக்கொடி என்ற பெயரே தனுஷ்கோடியாக மாறியது.

அடங்க மறுத்த மோதல்கள்

விளத்தூரில் தனுஷ்கோடியின் தந்தை சாத்தனுக்கும், ஆண்டையின் உறவினருக்கும் கைகலப்பு ஏற்பட்டதால், இரவோடு இரவாக குடும்பத்தை காலி செய்து பாங்கல் கிராமத்திற்கு குடியேறினர். அங்குள்ள பண்ணையில் பணிபுரிந்தனர். இதுவே சொந்த ஊராக மாறியது. பாங்கல் கிராமத்தில் பர்மாவிலிருந்து திரும்பியவர்கள் சிலர் இருந்தனர். அவர்கள் அங்கு இரண்டாவது வரை படித்திருந்தனர். இரவு நேரத்தில் காடாவிளக்கை வைத்து மணல் பரப்பில் சிறுவர்களுக்கு அ, ஆ, எழுத கற்றுக் கொடுத்தனர். இதை படித்த தனுஷ்கோடி பகல் நேரத்தில் மற்றவர்களுக்கும் கற்றுக்கொடுக்க ஆரம்பித்தார். பண்ணை வீட்டுக்கு செல்லும்

சிறுவர்களின் எண்ணிக்கை குறைந்தது. ஆண்டையின் காதுகளுக்கு செய்தி போய், சாத்தன் வீடு பூட்டப்பட்டு, குடும்பமே பண்ணை வீட்டின் முன் நிறுத்தப்பட்டது. சாத்தனின் உடம்பை சவுக்கடிகள் பதம் பார்த்தன. பண்ணையடிமைக்கு படிப்பு எதற்கு? என்ற சட்டம் மீண்டும் ஒரு முறை நிலைநாட்டப்பட்டது.

தனுஷ்கோடி பண்ணை வீட்டு மாடு மேய்க்க அனுப்பப்பட்டான். மாடுகளை மேய்கும் போது முரட்டு மாடுகளை தனுஷ்கோடி அடித்தான். ஒருமாடு படுத்துவிட்டது! தனுஷ்கோடியும், சாத்தனும் பண்ணை வீட்டின் முன் நிறுத்தப்பட்டனர். சவுக்கடிகள் இருவர் உடலை பதம்பார்த்தது. மாட்டுக்கான பணம் சாத்தனிடம் பெறப்பட்டது. தனுஷ்கோடி மாடு மேய்க்கும் பணியிலிருந்து பண்ணை வேலைக்கு அனுப்பப்பட்டான். அடங்க மறுப்பது அவனது குணமாக இருந்தது. அடிமை வேலையில் வெறுப்பு. பக்கத்தில் உள்ள விளாங்கல் கிராமத்தில் அத்தையின் ஊருக்குச் சென்றான். அங்குள்ள குளத்தில் இறங்கி தண்ணீர் குடித்தான். எதிரே தண்ணீர் குடித்துக் கொண்டிருந்த கோனார் எதிர்ப்புத் தெரிவித்து அடித்தார். மோதல் முற்றியது. மீண்டும் பாங்கல் கிராமத்திற்கு அனுப்பப்பட்டான். வீட்டில் சாமிக்கு படையல் வைத்து சாமி சாப்பிட சில மணிகள் கதவை மூடி வைப்பது வழக்கம். தனுஷ்கோடிக்கு, பலமுறை அடிபடும் போது சாமி, சாமி என்று கத்தியும் வராத சாமி இருக்கிறதா என்று சந்தேகம். எனவே, வீட்டினுள் ஒளிந்து கொண்டு பார்த்தான். சாமி சாப்பிட வரவில்லை. தானே சாப்பிட்டுவிட்டு மறைந்து கொண்டான். கதவை திறந்த அம்மாவிற்கு சாமி சாப்பிட்டுவிட்ட மகிழ்ச்சி. சாத்தனுக்கு சந்தேகம். மறைந்திருந்த தனுஷ்கோடியை கண்டுவிட்டார். அவரின் கைவிரல்கள் தனுஷ்கோடியின் உடலில் பதிந்தது.

நம்பிக்கை ஒளியும்-விரக்தியின் வெளிப்பாடும்

காலச்சக்கரம் சுழன்றோட, தனுஷ்கோடிக்கு வயதும், எதிர்ப்புணர்வும் இணைந்தே வளர்ந்தது. கோவணத்திற்கு மேலே முட்டிவரை சுற்றிய துணியை -- இதுதான் அனைவருக்குமான உடை என்பதை -- மாற்றி நுனிக்கால்வரை வேட்டியும் முண்டா பனியனும், தோளில் துண்டும் போட்டு மிடுக்காக நடந்தான். பார்த்தவர்கள் சிலர் பரவசமடைந்தனர். பலர், என்ன நடக்குமோ

என்று பயந்து நடுங்கினர். இப்போது தனுஷ்கோடிக்கு திருத்துறைப்பூண்டியில் ஆசிரியராக பணிபுரிந்த அய்யாசாமி பிள்ளையின் தொடர்பு கிடைத்தது. அதன்மூலம் 'ஆதிதிராவிடர் வாலிபர் சங்கம்' என்ற அமைப்பை தொடங்கினார். கிராமத்தை சுத்தமாக வைத்திருக்கும் சுகாதார பணியில் ஈடுபட்டனர். திருத்துறைப்பூண்டிக்கு செல்லும் தாழ்த்தப்பட்ட மக்களுக்கு தங்க இடம் கிடையாது; குளிக்க குளமும் கிடையாது. எனவே, இச்சங்கத்தின் மூலம் கிராமத்திற்கு 20 பேரை வரவழைத்து காட்டை அழித்து, குளமும், தங்கிட பெரிய இடமும் அமைத்தனர்.

பணி முடிந்த பிறகு, படையாச்சி சாதியினை சார்ந்தவர்கள் இவர்களை அடித்து துரத்திவிட்டு, இடத்தை அபகரித்தனர். சங்கம் முடங்கியது. வேறு வழியின்றி விழிபிதுங்கி நின்றார் தனுஷ்கோடி.

திருத்துறை பூண்டியை சேர்ந்த செங்கமலத்தம்மாள் என்ற காங்கிரஸ் ஊழியர், மூவர்ண கொடியுடன் பாங்கல் கிராமத்திற்கு வந்தார். கொண்டு வந்திருந்த காகிதக் கொடிகளை குழந்தைகளிடம் கொடுத்தார். கூட்டம் சேர்ந்தது. தனுஷ்கோடியும் இணைந்தார். ஊர்வலம் கிராமம் கிராமமாக சென்றது. தாழ்த்தப்பட்ட சிறுவர்கள் தனுஷ்கோடி தலைமையில் உயர்சாதி வீடுகளின் திண்ணையில் உட்கார்ந்தனர். கதவுகளை தொட்டுப்பார்த்தனர். வீட்டை சுற்றி ஓடினர். அருகில் இருந்து பார்க்க முடியாத, தொட முடியாத புனித சின்னமாக சித்தரிக்கப்பட்ட வீடுகளில் அதாவது ஆதிக்க சாதிய அடையாள சின்னங்களில் ஓட்டைகள் விழுந்தன. சிறுவர்களின் சிரிப்பும், ஸ்பரிசமும் அவர்களுக்கு இரத்தக் கொதிப்பை ஏற்படுத்தியது. ஊர்வலம் முடிந்தது. இரவும் நகர்ந்தது. விடிந்ததும் விளைவுகளை அறிந்திட தனுஷ்கோடி விளார்தூருக்கு சென்றார். வந்தவரை கட்டிவைத்து நையப்புடைத்து, குற்றுயிரும், குலையுயிருமாய் அனுப்பி வைத்தனர். நேராக காங்கிரஸ் தலைவர் ராமுபடையாச்சியிடம் சென்றார். அநியாயத்தை சொன்னார். ஆறுதல் வார்த்தையை எதிர் பார்த்தார். நேற்று நீ செய்த காரியத்திற்கு உன்னை வெட்டி புதைத்திருக்க வேண்டும் என்றார் அவர். இதைக்கேட்ட தனுஷ்கோடியின் விழிகள் மங்கியது. விடியலின் ஒளியாய் நினைத்தது இருண்டது. அவரது சிந்தனை வேறு வழியை தேடியது.

1938ம் ஆண்டுக்கு பிறகு, ஆசிரியர் பெத்தபெருமாள் மூலம் பெரியார், அம்பேத்காரை பற்றி கேள்விப்பட ஆரம்பித்தார். திருத்துறைப்பூண்டியில் பெரியார் பங்கேற்ற கூட்டத்திற்கு சென்றார்

தனுஷ்கோடி. வேஷ்டி, பனியன், துண்டு சகிதமாக கிராப் வெட்டி, தன்னை பெரியாரின் தொண்டனாக வரித்துக்கொண்டார். கூட்டம் முடிந்து திரும்புகிற வழியில் சன்னாகூர் பக்கிரிசாமி பிள்ளை டீ கடையின் உள்ளே சென்று டீ குடிக்க உட்கார்ந்தார். டீக்கடைக்காரரர் பெரியாரின் கட்சி. அவரும், அவரது மனைவி மற்றும் பிள்ளைகளும் கருப்பு சட்டை சகிதமாக காட்சி அளித்தனர். உள்ளே இருந்த தனுஷ்கோடி தாழ்த்தப்பட்டவர் என்று கண்டு கொண்டு அவனை தரதரவென இழுத்து புரட்டி எடுத்தனர். நான் பெரியார் கட்சி என்றார். என்னடா பெரியார் கட்சி என்று கூடி இருந்தவர்களும் சேர்ந்து உதைத்தனர். டீக்கடையானாலும், கள்ளுக்கடையானாலும், தாழ்த்தப்பட்டவன் நுழையக்கூடாது என்ற சட்டம் மீண்டும் நிலைநிறுத்தப்பட்டது. வண்ணங்கள்தான் மாறியது. "வர்ணாசிரமத்தை" அனைவரும் கடைபிடித்தனர். அடிவாங்கவா? அரசியல் கட்சியில் சேர்ந்தோம் என்ற விரக்தியில் இருந்தார் தனுஷ்கோடி.

1942 டிசம்பரில் 'ஜனசக்தி' என்ற பத்திரிகையை பார்த்தார். அதனுடன் சில நபர்களை சந்தித்தார். சீனிவாசராவ் பற்றி கேள்விப்பட்டார். தாழ்த்தப்பட்டவர் வீட்டில் அவர்கள் சாப்பிடும் தட்டில் சாப்பிடுகிறார். பாய் இல்லாவிட்டால் தரையில் படுத்துக் கொள்கிறார் என்று கேள்விப்பட்டார். களப்பால் கிராமத்திற்கு சீனிவாசராவ் வருகிறார் என்பதை அறிந்து 10 பேருடன் தனுஷ்கோடி சென்றார். சாதிய அடக்குமுறைக்குள் இருக்கிற வர்க்கச் சுரண்டலை வெளிக்கொணர்ந்தார் சீனிவாசராவ். கருத்துக்கள் புதிது, பார்வைகளும் புதிது. பாதைகளும் புதிது. புதிய மனிதனாக புறப்பட்டார் தனுஷ்கோடி. கிராமங்கள்தோறும் விவசாய சங்கம் உருவாக்கினார். செங்கொடி ஏற்றினார். கலத்திற்கு 2 மரக்கால் கூலி கேட்டு கோரிக்கை வைத்தார். இதுவரை கோரிக்கை வைத்து பழக்கப்படாதவர்கள் - அவர்களிடம் அச்சமும், துணிச்சலும் கலந்த எழுச்சி ஏற்பட்டது. தனுஷ்கோடி நம்பிக்கை ஊட்டினார்.

கருமாதிக்கு பின் வந்த கடிதம்

விவசாய சங்கங்கள் வளர்ந்தது. கூடவே மோதலும் ஏற்பட்டது. பாங்கல், வளத்தூர், உத்தரங்குடி, சூரமங்கலம், பரமத்தூர், அம்மனூர் என சங்க கிளைகள் அமைத்தார். பண்ணையார்கள் கொலை செய்ய அடியாட்களை ஏவிவிட்டனர். தாயையும், தந்தையையும் அழைத்து தனுஷ்கோடி எங்களது மகன் இல்லை என்று அடித்து கையெழுத்து போடச் செய்தனர். வேலை

கொடுக்க மறுப்பு, வீட்டிற்கு செல்ல முடியவில்லை. இரவில் மட்டும் சங்க வேலை. எனவே, வேறு வழியின்றி 1945-ல் இராணுவத்தில் யாருக்கும் தெரியாமல் சேர்ந்து விட்டார் தனுஷ்கோடி. மகனைக் காணவில்லை என பல மாதங்கள் தேடி, ஆண்டைகள் கொலை செய்திருப்பார்கள் என்ற முடிவிற்கு வந்து தனுஷ்கோடிக்கு “கருமாதி”யை முடித்துவிட்டனர் பெற்றோர்கள். இதன்பிறகு சில மாதங்கள் கழித்து இலங்கையிலிருந்து தாயின் பெயருக்கு வந்த மணியார்டரும், கடிதமும்தான் அவர் இராணுவத்தில் இருக்கும் தகவலை அறிவித்தது. பெற்றோர் பூரிப்படைந்தனர். ஒன்றரை ஆண்டுக்கு பிறகு மீண்டும் பாங்கல் வந்தார். சீனிவாசராவை சந்தித்து சங்க வேலையை தொடர்ந்தார்.

1946-க்கு இடையில் தமிழகத்தில் பஞ்சம். பண்ணையார்கள் உணவு பொருட்களை பதுக்கினர். அதிகார வர்க்கம் துணை நின்றது. ஆட்சியரும், தாசில்தாரும் திணறினர். விவசாய சங்கத்தின் உதவியை நாடினர். அன்றைய முதல்வர் ஓமந்தூரார் பி.எஸ். ஆரிடம் நேரிடையாக சங்கத்தின் உதவியை கேட்டார். தஞ்சையில் சங்கம் களம் இறங்கியது. பதுக்கல் பொருட்கள் வெளிக்கொணரப்பட்டு பங்கிடப்பட்டது.

1946-ல் உழனி கிராமத்தில் தனுஷ்கோடி தலைமையில் பண்ணையாரின் அடியாட்களுடன் மோதல். கழனிவாசல் கிராமத்தில் தாழ்த்தப்பட்டவர்கள் தண்ணீர் எடுக்கத் தடை. தனுஷ்கோடி சென்றார். விவசாயிகளை திரட்டி குளத்தில் இறங்கி தண்ணீர் எடுத்தார். தடை உடைபட்டது. ஆலத்தூர் கிராமத்தில் தாழ்த்தப்பட்ட மக்கள் வசித்த தெருவிற்கு முன் வேலி போட்டனர். தனுஷ்கோடி சென்றார்; வேலி அகற்றப்பட்டது. இப்படி எண்ணற்ற தடைகள்... தாழ்த்தப்பட்ட மக்கள் வயலில் நண்டு, நத்தைகள் பிடிக்கக்கூடாது என்றனர். அனைத்து தடைகளையும் சங்கம் மீறியது.

தனுஷ்கோடி திருமணம் செய்ய மறுத்தார். நிர்பந்தம் அதிகமாகவே, புதுஜவுளி, நகை, தாலி, மேளம் எதுவும் கூடாது என்ற நிபந்தனை விதித்தார். அனைவரும் ஏற்றனர். 1947 பிப்ரவரி 2ம் தேதி மனோன்மணியை திருமணம் செய்தார்.

குருதியின் வழியே குடிநீர்

1948-ம் ஆண்டு ஜூன் மாதம், பண்ணையார்களின் சூழ்ச்சியால் சிறைபிடிக்கப்பட்டு மூன்றரை ஆண்டுகள் திருச்சி சிறையில் கொடுமைகளுக் கிடையில் உயிர்வாழ்ந்தார்.

புதுச்சட்டிக்கும், வேட்டிக்கும், மருத்துவ வசதிக்கும் உண்ணாவிரதம் இருந்தார். மோதலும், தடியடியுமே வாழ்க்கையாக ஓடிக்கொண்டிருந்தது. குடிக்க நல்ல குடிநீர் கேட்டதற்காக தனுஷ்கோடியை அடித்து கூழாங்கற்கள் பரப்பி உதிரம் கொட்டக் கொட்ட இழுத்துச் சென்றனர். தனுஷ்கோடி உறுதிகுலையாமல் இருந்தார். குருதி கொட்டியபிறகுதான் சிறைச்சாலையில் நல்ல குடிநீர் கிடைத்தது.

அடுத்த கோரிக்கைக்கு ஆரம்பித்தனர் உண்ணாவிரதத்தை. இருபத்தோரு நாட்கள் தொடர்ந்தது. அனைவருக்கும் தினசரி அடி உதை. தனுஷ்கோடியை நிர்வாணமாக்கி அடித்தனர். அடித்த இடத்தில் மஞ்சள் தடவினர். சிறை அதிகாரிகள் அலறல் வரும் என நினைத்தனர். ஆனால் போராளிகளின் குரல்களிலிருந்து கோஷங்கள் பீறிட்டது. உடலிலிருந்து உதிரம் பீறிட்டது. 22 -ம் நாள் உறவினர் பார்க்க அனுமதி, பத்திரிகை அனுமதி, வீட்டிலிருந்து வேட்டி பெற அனுமதி, ரிமாண்ட் கைதிகளுக்கு குவளை, தட்டு, பெட்சீட் கிடைக்க ஏற்பாடு, வாரம் ஒரு நாள் குளியல் என்ற சட்டம் மாறி தினசரி குளிக்க தண்ணீர் கிடைக்க ஏற்பாடு என பல கோரிக்கைகள் நிறைவேறின. சிறைச்சாலையில் இருந்து வர்க்கப் போராளிகள், வெளியே சென்றவுடன் பண்ணையாருக்கு முன்னால் படிக்க வேண்டும் என்பதற்காக படிப்பு சொல்லிக் கொடுக்கப்பட்டது. தனுஷ்கோடி தாய் மற்றும் வால்கா முதல் கங்கை வரை நாவல்களை படிக்கும் அளவிற்கு முன்னேறினார். தனுஷ்கோடி மீது மட்டும் 57 வழக்குகள் இருந்தன.

சிறைச்சாலைக்குள்ளே கோரிக்கை உருவாக்க முடியும்; போராட முடியும்; வெற்றிபெற முடியும் என்பதை நிரூபித்தனர். போவது உயிர், உதிரம், உடைமையாக இருந்தாலும், பெறுவது பாட்டாளிவர்க்க உரிமையாக இருக்க வேண்டும் என்பதில் உறுதியாக இருந்தனர். 1951–ல் விடுதலையாகி மீண்டும் விவசாய சங்கப்பணிகளில் ஈடுபட்டார். தலைவர்கள் சிறையில். எனவே, பண்ணையார்களின் வெறியாட்டம் வெளியில். அச்சத்தில் ஆட்பட்ட மக்களை மீண்டும் திரட்டி போராட வந்தனர் தனுஷ்கோடியும், இதர தலைவர்களும். இக்காலத்தில் குடிமனை பாதுகாப்புச் சட்டம், நிலவெளியேற்ற தடுப்புச்சட்டம், வேலை கொடுப்பதற்கான உத்தரவு என பல உரிமைகளை பெற முடிந்தது.

1961–ல் நிலச்சீர்திருத்தத்திற்காக போராடிய போது தனுஷ்கோடி கைது செய்யப்பட்டார். ஓராண்டுக்கு மேல்

சிறைவாசம். அப்போது தோழர் பி.சீனிவாசராவ் மரணம், தனுஷ்கோடியை நிலைகுலையச்செய்தது. அடுத்து தாயாரின் மரணம் மேலும் அதிர்ச்சி. தனயன் சிறையில், தாய் சிதையில் என்ற சோக காட்சிகளை காலம் நிறைவேற்றிக் கொண்டிருந்தது. மனச்சோர்வுகளை மாற்றிக் கொண்டு விடுதலையாகி மீண்டும் பணிகளில் ஈடுபட்டார். வறுமை அவரை மட்டும் விட்டு வைத்ததா என்ன? ஆறு நாட்கள் வரை உணவு கிடைக்காமல் மனைவியும், மகளும் மயங்கி விழும் அளவிற்கு வறுமை ஆட்சி செய்தது. அக்கம்பக்கத்தினர் உதவிட அஞ்சினர். எத்தனை இன்னல்கள் வந்தாலும் எதிர்த்தே நின்றார் தனுஷ்கோடி. 1964–ல் மீண்டும் கைது செய்யப்பட்டு சிறையில் அடைக்கப்பட்டார். இருளும், சிறையும், வறுமையும் வாழ்வாக இருந்தாலும், சங்க வளர்ச்சியை யாராலும் தடுக்க முடியவில்லை.

1958–ல் பாங்கல் ஊராட்சி மன்ற தலைவராக தேர்வு செய்யப்பட்ட தோழர் பி.எஸ்.தனுஷ்கோடி தொடர்ந்து 30 ஆண்டுகள் போட்டியின்றி தேர்ந்தெடுக்கப்பட்டார். 1967-ம் ஆண்டு திருவாரூர் சட்டமன்ற உறுப்பினராக வெற்றி பெற்றார். 1970-ல் தலைஞாயிறு ஊராட்சி ஒன்றிய பெருந்தலைவராக வெற்றி பெற்றார். பல கிராமங்களில் பள்ளிக்கூடங்களுக்கு முன்னுரிமை கொடுத்து கட்டினார். பண்ணையார்கள் ஆக்கிரமித்த அனைத்து குளங்களையும் மீட்டார். எண்ணற்ற பணிகள் பறைசாற்றப்படுகிறது. கட்சியின் மாநிலக்குழு உறுப்பினராக, விவசாய சங்க மாநிலத் தலைவராக பொறுப்பு வகித்தார். 19.8.1997–ல் சென்னை மருத்துவமனையில் உயிர் நீத்தார்.

தனுஷ்கோடியின் வாழ்க்கைப் பயணம், சாதிய கொடுமைகளையும், வர்க்கச் சுரண்டலையும் எதிர்த்த பயணம். பிறப்பு முதல் இறப்பு வரை எதிர்ப்பும், உறுதியும் கொள்கை பிடிப்பும் கொண்டவராக இருந்திருக்கிறார். போராளிகளும், புரட்சியாளர்களும் வசீகரமான தோற்றம் கொண்டவர்கள் என்ற வரைபடம் நமக்கு நினைவு இருக்கிறது. ஆனால், கருத்த உடலும், வெள்ளை உடையும், தடித்த கண்ணாடியும், நரைத்த முடியும், உருக்கு போன்ற உறுதியுடைய போராளி பி.எஸ்.தனுஷ்கோடி. அந்த புரட்சியாளனின் பயணத்தை இதயத்தில் பதிப்போம். புரட்சிகர பாதையில் நடப்போம்!

10

வர்க்கப்போராளி

தோழர்.வி.பி.சிந்தனைப் பற்றி 1977-ம் ஆண்டு கேள்விபட்டேன். 1978ம் ஆண்டு சென்னையில் நடைபெற்ற சிஐடியு அகில இந்திய மாநாட்டில் செந்தொண்டராக சென்றபோது அவரை நேடியாக சந்தித்துப் பேசினேன். என்னைப்போன்ற பல இளைஞர்கள் அவரின் வழிகாட்டலில் செயல்பட ஆரம்பித்தோம். வழிகாட்டியாக மட்டுமல்ல போராட்டக் களத்தின் முன்னணி வீரராகவும் இருந்தார். மரணத்திற்கு பிறகும் அவர் மகத்தான தலைவராக விளங்கி வருகிறார்.

வழுக்கைத்தலை, படர்ந்தமுகம். கருப்பு சட்டகத்திற்குள் வெள்ளைநிறக் கண்ணாடி. சிவந்தஉடல். எப்போதும் வெள்ளாடை. வசீகரமும் சாந்தமும் நிறைந்த தோற்றம். மென்மையான குரல். அழுத்தமான வார்த்தைகள். சமரசமற்ற கொள்கை நிலைப்பாடுகள். பதட்டமான சூழலிலும் நிதானமாக முடிவெடுக்கும் ஆற்றல். இவை வி.பி.சியின் அடையாளங்கள். வி.பி.சிந்தன் பன்முகத்தன்மை வாய்ந்த தலைவர். தான் தலையிட்ட துறைகளில் எல்லாம் தடம் பதித்தவர்; தமிழகத்தில் ஆலைகளில் துவங்கி குடிசைப்பகுதியின் சாலைகள் வரை களமாடியவர்.

சுதந்திர போராட்டம், தமிழகத்தில் கட்சிப்பணிகள், தொழிற்சங்கப் பணிகள், வெகுமக்கள் பணிகள், சட்டமன்ற பணிகள், தத்துவார்த்த பணிகள் என பலதளங்களில் விபிசியின் பணிகள் பரவி இருந்தது. ஒரு வர்க்க போராளி என்ற முறையில் அனைத்து மக்களுக்குமான பணியாக தனது பணியை அமைத்துக் கொண்டார். தொழிற்சங்கம் என்பது அடித்தளமாக இருந்தாலும் அந்த ஒற்றைத் தளத்தில் அவர் முடங்கி போகவில்லை. பொறுப்புகளில் சிக்குண்டு கிடந்ததுமில்லை. சிலாகித்து இருந்ததுமில்லை என்பதால்தான் அவர் புதியவர்களை உருவாக்கி கொண்டே இத்தனை துறைகளில் பயணிக்க முடிந்தது.

1918 அக்டோபர் 10ம் தேதி மலபார் மாவட்டம் சிறக்கல் தாலுகா இளையாகூர் கிராமத்தில் சாந்து நாயர் - செரியம்மாள் ஆகியோருக்கு 6-வது பிள்ளையாக பிறந்தார். பெற்றோர்கள் அவருக்கு வி.பி.சிண்டன் (வடக்கே புத்தன்வீட்டில் என்ற குடும்பபெயருடன்) என்று பெயரிட்டனர். தனது 4-வயதில் தந்தையை இழந்தார். ஒன்பதாம் வகுப்பு வரை தனது கிராமத்தில் படித்தார். தனது அண்ணன் கிருஷ்ணன்குஞ்சு மூலமாக கிருஷ்ணப்பிள்ளை நடத்திய அந்நிய துணி எரிப்பு போராட்டத்தை தெரிந்து கொண்டார். தனது அண்ணன் மூலம் கிருஷ்ணப்பிள்ளையை சந்தித்தார். பள்ளிக்கூடத்தில் ஜமீன்வீட்டு பையனுடன் ஏற்பட்ட சண்டையால் வீட்டைவிட்டு வெளியேறி மங்களூருக்கு சென்று பிறகு கம்யூனிஸ்ட் தலைவர் கிருஷ்ணப்பிள்ளையால் கண்டுபிடிக்கப்பட்டு அழைத்து வரப்பட்டார். படிப்புக்கு முழுக்குபோட்டு போராட்டக்களத்தில் குதித்தார்.

சுதந்திர போராட்ட களத்தில்...

1930-32ம் ஆண்டுகளில் நாடு முழுவதும் அந்நிய துணி பகிஷ்கரிப்பு, கள்ளுக்கடை மறியல், அரிசன சேவா சங்கம் என இயக்கங்கள் எழுந்து கொண்டிருந்த பின்னணியில் கண்ணூர் மாவட்டமும் இந்த போராட்ட களத்தில் இருந்தது. தோழர் சிந்தன் மற்றும் அவரது சகோதரர் ராமன் இருவரும் இந்த போராட்டத்தில் கலந்து கொண்டு கடுமையாக தாக்கப்பட்டு ஆறு மாதம் சிறையில் அடைக்கப்பட்டனர். இளம் வயதிலேயே சிறை சென்ற சுதந்திர போராட்ட வீரராக சிந்தன் மாறினார்.

மகாத்மா காந்தியை பற்றி அவர் கேள்விப்பட்டிருந்தார். கண்ணூருக்கு காந்தி வருவதை அறிந்து அவரும், அவருடைய

சகோதரி தேவகியும் காந்தியை சந்தித்து ஆட்டோகிராப் கேட்டனர். ஆட்டோகிராப் போடவேண்டுமென்றால் காங்கிரசுக்கு நிதி தர வேண்டும் என்று காந்தி கேட்டவுடன், தனது இரண்டு தங்க வளையல்களையும் தேவகி கழட்டிக் கொடுத்தார். வி.பி.சிந்தன் தனது கைக்கடிகாரத்தை கழட்டி நிதியாக அளித்தார். காந்தி போட்டுக் கொடுத்த ஆட்டோகிராபை வீட்டிலே மாட்டி வைத்தனர். 1939ம் ஆண்டுகளில் வி.பி.சிந்தன் கண்ணூர் நகர காங்கிரஸ் கட்சியின் செயலாளராக இருந்தார். 1939/40களில் யுத்த எதிர்ப்பு போராட்டத்தில் வி.பி.சிந்தன் தீவிரமாக கலந்து கொண்டு இரண்டு ஆண்டுகள் சிறை தண்டனை பெற்று வேலூர் சிறையில் அடைக்கப்பட்டார்.

1942ம் ஆண்டு விடுதலைப் பெற்று கண்ணூர் சென்றபோது தோழர் கிருஷ்ணப்பிள்ளை அவரை அழைத்து தமிழகத்திற்கு கட்சியை கட்டுவதற்கு உடனடியாக செல்ல வேண்டுமென்று அனுப்பி வைத்தார். இரயில் கட்டணத்தையும் இரண்டு மாற்று உடைகளையும் கையில் கொடுத்து விட்டார். வீட்டிற்கு செல்லாமலேயே தோழர் வி.பி.சிந்தன் சென்னைக்கு புறப்பட்டார்.

சென்னை வந்தவுடன் சென்னை உட்பட தமிழகத்தின் பல மாவட்டங்களில் கட்சி பணிகளுக்காக அனுப்பப்பட்டார். 1942ம் ஆண்டு பாசிச சக்திகளை எதிர்த்து முறியடிப்பதற்காக பம்பாய் சென்று இராணுவ பயிற்சி பெற்றார். ஜப்பானின் படையெடுப்பிற்கு எதிராக தனுஷ்கோடி பகுதியில் பயிற்சி பெற்ற படை வீரர்களுடன் பணியாற்றினார்.

1946ம் ஆண்டு கப்பற்படை எழுச்சி நடைபெற்றபோது அதற்கு ஆதரவாக சென்னை மக்களையும் தொழிலாளர்களையும் திரட்டி போராட்டம் நடத்தினார். காங்கிரஸ் தலைவர்களின் சதிகளை முறியடிக்கும் பணிகளில் ஈடுபட்டார்.

இந்தியா விடுதலை பெற்றாலும் பிரெஞ்சு ஆதிக்கத்திலிருந்து பாண்டிச்சேரி விடுதலை அடையவில்லை. அங்கு விடுதலைப்போராட்டம் வீறுகொண்டு நடைபெற்று வந்தது. அந்தப்போராட்டத்தினை வழி நடத்தவும், பாண்டிச்சேரி கட்சியை பலப்படுத்தவும் 1954ம் ஆண்டு வி.பி.சிந்தன் பாண்டிச்சேரிக்கு அனுப்பப்பட்டார். அங்கு சென்று முதலில் கட்சி உறுப்பினர்களை அணிதிரட்டுவதில் கவனம் செலுத்தி அணிதிரட்டினார். அமைப்பில்லாமல் அணுவும் அசையாது என்ற அடிப்படையில்

போராட்டக் களத்தை அமைத்தார். பிரெஞ்சு விடுதலை தினத்தை அரசு கொண்டாடிய பொழுது ஒரு இளைஞரை அனுப்பி மூவர்ணக் கொடியை உயர்த்திப் பிடிக்க சொல்லி விடுதலைப் போராட்டத்திற்கு புதிய வடிவம் கொடுத்தார்.

மக்களை திரட்டி பல இடங்களில் தினசரி 10 பேர்கள் வீதம் மறியலில் ஈடுபட செய்து போராட்டத்தை விரிவுப்படுத்தினார். இதன் அடுத்தக் கட்டமாக மிகப்பெரும் கடையடைப்புக்கு அழைப்பு விடுத்தார். வெற்றிகரமாக விடுதலைப்போராட்டம் நடந்து கொண்டிருந்தது. அதே நேரத்தில் பிரெஞ்சு படைகளுக்கு எதிராக தாக்குதல் நடத்துவதற்கு மேஜர் ஜெய்பால்சிங்கை வரவழைத்து ஆயுதப்பயிற்சி கொடுத்து தாக்குதலை தொடுத்தனர். இதன் தொடர்ச்சியாக ரெட்டியார் குப்பம் காவல்நிலையத்தை பிரெஞ்சு படையிடமிருந்து கைப்பற்றினார்கள். விடுதலை அடைந்தவுடன் கம்யூனிஸ்ட் தலைவர் வ.சுப்பையாவிற்கு பெரும் வரவேற்பை கொடுத்தனர்.

இக்காலத்தில் பாண்டிச்சேரியில் காசுக்கடை தொகுதியின் இடைத்தேர்தலில் பாரதிதாசன் போட்டியிட்டார். அவருக்காக தோழர் வி.பி.சி. தேர்தல் பொறுப்பேற்று பணியாற்றி வெற்றி பெற செய்தார். வெற்றி விழா கூட்டத்தில் வி.பி.சிண்டன் (வடக்கே புத்தன் வீட்டில்) என்ற குடும்ப பெயரை வி.பி.சிந்தன் என்று பாரதிதாசன் மாற்றினார். அன்று முதல் சிந்தன் என்று அழைக்கப்பட்டு பிறகு வி.பி.சி. என்று அன்புடன் அழைக்கப்பட்டார்.

போர்ச்சுக்கல் நாட்டின் ஆதிக்கத்தின் கீழ் கோவா உட்பட சில தீவுகள் விடுதலை அடையாமல் இருந்தன. அந்த விடுதலைப் போராட்டத்திலும் தோழர் வி.பி.சிந்தனுடைய பங்கு இருந்தது. எனவே தோழர் வி.பி.சி பிரிட்டிஷ்,பிரெஞ்சு, போர்ச்சுக்கல் ஆகிய மூன்று நாடுகளின் ஆதிக்கத்தையும் எதிர்த்து விடுதலைப் போராட்டத்தில் ஈடுபட்டார் என்பது மிக முக்கியமானது. போராட்டம், சிறைச்சாலை என்பதையும் கடந்து ஆயுதம் தாங்கிய போராட்டத்திலும் பங்கெடுத்தார் என்பது சிந்தனின் சிறப்பாகும்.

சித்தாந்த தளத்தில் சிந்தன்

வி.பி.சிந்தனுடைய மற்றொரு முக்கியமான தளம் சித்தாந்த பணியாகும். தானொரு சிந்தனாவாதியாக இருப்பது என்பதை

கடந்து பல ஊழியர்களையும் தலைவர்களையும் உருவாக்கிய பெருமை தோழர் சிந்தனின் தனிப்பெரும் சிறப்பாகும்.

1940ம் ஆண்டு வேலூர் சிறையில் அடைக்கப்படும் முன்பே கண்ணூர் மாவட்டத்தில் ஒரு மாதம் மார்க்சிய வகுப்பில் கலந்து கொண்டுள்ளார். தொடர்ந்து சில வகுப்புகளில் பங்கெடுத்து மார்க்சிய சித்தாந்தை செழுமைபடுத்திக் கொண்டார். இளமைக் காலத்தில் அவரது தந்தையின் வலியுறுத்தலின்பேரில் சாகுந்தலம், ரகுவம்சம், வேதங்கள், மேகசந்தேஷம், பகவத்கீதை ஆகியவற்றை படித்தார்.

வேலூர் சிறையில் வி.பி.சி. அடைக்கப்பட்டிருந்தபோது ராஜாஜி, இராமாயண வகுப்பு எடுத்துக் கொண்டிருந்தார். காமராஜர், நேருவின் புத்தகத்தை பேசிக் கொண்டிருந்தார். கம்யூனிஸ்ட்டுகள் மார்க்சிய சித்தாந்தத்தை பயின்று கொண்டிருந்தனர்.

இந்த சிறையில் தான் தோழர் வி.பி.சிந்தன், ஐ.மாயாண்டி பாரதியை சந்தித்தார். காங்கிரஸ் கட்சியிலிருந்து விலகி இந்து மகாசபைகாரராக ஐ.மா.பா சிறையில் இருந்தார். வி.பி.சிந்தனுக்கு ஐ.மா.பா. தமிழ் கற்றுக் கொடுக்க வேண்டும். ஐ.மா.பா விற்கு வி.பி.சி மலையாளம் கற்றுக் கொடுக்க வேண்டுமென்று இருவரும் ஒப்பந்தம் செய்து கொண்டு மொழிப் பயிற்சி எடுத்தனர். அதேநேரத்தில் வி.பி.சி., ஐ.மா.பா வை மார்க்சிய சிந்தனையின்பால் ஈர்த்து கம்யூனிஸ்ட் கட்சி உறுப்பினராக்கினார்.

சிறைச்சாலையில் இவருடன் இருந்த உலகநாதன் என்ற தொழிலாளியையும் வி.பி.சி மார்க்சிய சிந்தனையின்பால் ஈர்த்தார். 38 ஆண்டுகளுக்கு பிறகு ஒரு திருமண நிகழ்வில் தோழர் வி. பி.சிந்தனை சந்தித்து உலகநாதன் ஒரு கைவண்டி தொழிலாளியாக இருந்த என்னை ஒரு தொழிற்சங்க தலைவராக உயர்த்திய பெருமை தோழர் வி.பி.சிந்தனை சாரும் என்று உணர்ச்சிப் பூர்வமாக பேசினார்.

மீண்டும் அவர் தொழிற்சங்க போராட்டத்தையொட்டி சிறைச்சாலை சென்றபொழுது திரைப்படக் கலைஞர்கள் தியாகராஜ பாகவதர், கலைவாணர் ஆகிய இருவரோடு நெருக்கமாக பழகினார். அவர்களின் பாடல்களை பல நேரங்களில் கூட்டங்களிலும் போராட்டங்களிலும் தோழர் வி.பி.சிந்தன் பயன்படுத்தினார்.

அவர் இறுதிக்காலம் வரை சென்னை நகரின் அறிவு ஜீவிகள், கல்லூரி மாணவர்கள், டாக்டர்கள், மத்தியதர அரங்க ஊழியர்கள் என பலரை மார்க்சிய சிந்தனையின்பால் ஈர்த்து தலைமை பொறுப்பிற்கு கொண்டு வந்தார். சாதாரண உடலுழைப்பு தொழிலாளர்களிலிருந்து அறிவு ஜீவிகள் வரை புரிந்து கொள்ளும் முறையில் தனது பேச்சாற்றலை வெளிப்படுத்துவார்.

தொழிற்சங்க போராட்ட களம்

தோழர் வி.பி.சிந்தன் தொழிலாளர்களை அணிதிரட்டுவது மட்டுமல்ல, அவர்களை ஒற்றுமையின்பால் நிற்க வைப்பதிலும், போராட்டக்களத்தில் ஈடுபடுத்துவதிலும் முக்கிய பங்காற்றினார். கண்ணூர் மாவட்டத்தில் இருக்கிறபொழுது விவசாயிகள் போராட்டம் கல்யாட் என்ற கிராமத்தில் நடைபெற்றது. அப்பிரச்சனையை பேசி தீர்ப்பதற்காக தோழர் கிருஷ்ணபிள்ளை, வி.பி.சிந்தனை அனுப்பி வைத்தார். விவசாயிகளுக்கு ஆதரவாக வி.பி.சி. முடித்து வைத்தார்.

கண்ணூரில் காங்கிரஸ் கட்சியின் மாவட்ட தலைவராக இருந்த சாமுவேல் ஆரோம் பஞ்சாலை நடத்தி வந்தார். இந்த பஞ்சாலையில் தொழிலாளர்கள் வேலை நிறுத்தம் செய்தனர். இதற்கு வி.பி.சி தலைமை தாங்கினார். ஆலை நிர்வாகம் போலீசை கொண்டு தாக்குதல் நடத்தி போராட்டத்தை அடக்கியது. தோழர் வி.பி.சிந்தன் இச்சம்பவத்தை விளக்கி, மகாத்மா காந்திக்கு கடிதம் எழுதினார். காந்தி, தொழிலாளர் பக்கம் நின்று நியாயம் வழங்குவார் என்று எதிர்பார்த்தார். ஆனால் தனது உதவியாளர் கிருபாளினி மூலமாக கலவரக்காரர்களுக்கு காங்கிரஸ் கட்சியில் இடமில்லை என்று அறிவித்துவிட்டார். அன்றுமுதல் வி.பி.சி காங்கிரஸ் கட்சியின் முதலாளி வர்க்க பாசத்தை புரிந்து கொண்டார்.

சென்னையில் ஸ்பென்சர் தொழிலாளர்கள் சங்கம் அமைத்தார்கள். சம்பள உயர்வு கேட்பதை விட நிர்வாகத்தின் கடுமையான தாக்குதலை எதிர்த்து தொழிற்சங்கத்தை உருவாக்கினார்கள். அப்போது நிர்வாகம் தொழிலாளர்களை அடிப்பது, காலால் உதைப்பது, சித்ரவதை செய்வது போன்ற பல காரியங்களில் ஈடுபட்டு வந்தது. இதை தடுக்க வேண்டுமென்று சங்கம் அமைத்து வி.பி.சி தலைமையில் போராட்டம் நடந்தது. போராட்டத்தை கடுமையான முறையில் அடக்கினார்கள். பலர் பழிவாங்கப்பட்டனர். இராயப்பேட்டை சிங்காரம் உட்பட பலர்

வேலையை விட்டு நீக்கப்பட்டனர். இந்த போராட்டத்தின் மூலம் நிர்வாகம் எடுபிடி சங்கத்தை ஆரம்பித்தது. ஆனால், மீண்டும் தொழிலாளர்கள் வி.பி.சி தலைமையில் அணிதிரண்டார்கள்.

1946ம் ஆண்டு ஆகஸ்ட் மாதம் சென்னை நகரசுத்தி தொழிலாளர்கள் சுமார் 10 ஆயிரம் பேர் வேலை நிறுத்தத்தில் ஈடுபட்டனர். மிக கொடுமையான முறையில் நகரசுத்தி தொழிலாளர்கள் சுரண்டப் பட்டார்கள். இப்போராட்டத்திற்கு வி.பி.சிந்தன் தலைமையேற்றார். அரசு மலபார் போலீசை வரவழைத்து நகரசுத்தி தொழிலாளர்கள் குடியிருந்த மயிலாப்பூர், சைதாப்பேட்டை ஆகிய பகுதிகளில் குடிசைக்குள் புகுந்து கடுமையாக தாக்கினார்கள். 75 வயதுள்ள மூதாட்டி ஒருவர் இத்தாக்குதலில் மரணமடைந்தார். சுமார் 200 பேருக்கு மேல் காயமடைந்தனர். போராட்டத்தின் வலிமை கண்டு அரசு கலக்கமடைந்தது. இதற்கிடையில் வி.பி.சி நகரசுத்தி தொழிலாளர்களுக்கு ஆதரவாக அனைத்து சங்கங்களையும் தொழிலாளர்களையும் அணிதிரட்டி போராட்ட களத்தில் இறக்கினார். அரசு பணிந்தது. கோரிக்கைகளை ஏற்றது. எனினும் போராட்டத்தை தூண்டியதற்காக வி.பி.சிந்தனுக்கு ஓராண்டு சிறைத்தண்டனை வழங்கப்பட்டது. இக்காலத்தில்தான் அவர் பாகவதரையும், கலைவாணரையும் சிறையில் சந்தித்தார்.

1966ம் ஆண்டு போக்குவரத்து தொழிலாளர்கள் சங்கம் உருவாக்கப்பட்டது. இக்காலத்தில் தோழர் வி.பி.சிந்தனுடைய பிரதான பணிகள் சென்னை மற்றும் சென்னையை சுற்றிய பணிகளாக அமைந்தன. இதே காலத்தில் சென்னையில் ஹோட்டல் தொழிலாளர்கள் சங்கம் செயல்பட்டது. வலுவான முறையில் தொழிலாளர் பிரச்சனைகளுக்காக இச்சங்கம் செயல்பட்டதுடன் இதர தொழிற்சங்கங்களை உருவாக்கு வதிலும் முன்னணியில் இருந்தது. தோழர் ஹரிபட்,வி.பி.சி, பி.ஆர்.பரமேஸ்வரன் போன்ற தலைவர்கள் இவர்களுக்கு வழிகாட்டியாகவும் தலைமையேற்பவர்களாகவும், போராட்டக்களம் அமைப்பவர்களாகவும் இருந்தார்கள். இரவு பத்து மணிக்கு மேல் ஹோட்டல் தொழிலாளர்கள் தீப்பந்தம் ஏந்தி சென்னை தெருக்களில் ஊர்வலம் நடத்தினார்கள். தங்களது பொருளாதார கோரிக்கைகள் மட்டுமல்ல, அமெரிக்காவின் வியட்நாம் ஆக்கிரமிப்பை எதிர்த்தும் முழக்கமிடும் அளவிற்கு அத்தொழிலாளர்களை வளர்த்தெடுத்ததில் வி.பி.சி உட்பட மேற்கண்ட தலைவர்களுக்கு முக்கிய பங்கு இருக்கிறது.

1968-ம் ஆண்டு போக்குவரத்து தொழிலாளர்கள் மாணவர் களிடையே மோதல் ஏற்பட்டது. சையத் உமர் என்ற தொழிலாளி கடுமையாக தாக்கப்பட்டதால் தொழிலாளர்கள் கொதித்து போயிருந்தனர். இந்த சூழலில் தோழர் வி.பி.சி நிதானமான முறையில் அரசை நிர்பந்தித்து பேசி சமாதானம் ஏற்படுத்தினார். இந்த பேச்சுவார்த்தை நடைபெற்றுக் கொண்டிருக்கும்போது சையத்உமர் என்ற தொழிலாளி மரணமடைந்ததால் தொழிலாளர்கள் சவ ஊர்வலத்தை சட்டக் கல்லூரி விடுதியை நோக்கி திருப்பினார்கள். வி.பி.சி இடைமறித்து உறுதியுடன் ஊர்வலத்தை தடுத்து மயானத்திற்கு அனுப்பினார். மிகப்பெரும் மோதல் தடுக்கப்பட்டது மட்டுமல்ல, மாணவர்களும் தொழிலாளர்களும் ஒரே வர்க்கம் என்பதை வி.பி.சி தொழிலாளர்களுக்கும் மாணவர்களுக்கும் போராட்டத்தின் மூலமாக கற்பித்தார்.

1977-ம் ஆண்டு கவர்னர் ஆட்சி நடைபெற்ற போது தொழிலாளர்கள் திடீர் வேலை நிறுத்தத்தில் ஈடுபட்டார்கள். பல சிரமங்களுக்கிடையில் பிரச்சனைகளை தீர்ப்பதற்கு தொழிற்சங்கமும், வி.பி.சிந்தனும் முயற்சித்தார்கள். சாலைகளில் பொதுமக்களுக்கு இடையூறாக இருந்த பேருந்துகளை வி.பி.சி தலையிட்டு பணிமனைகளுக்கு அனுப்பினார். ஆனால் அன்றைய கவர்னர் சுஹாதியா முரட்டுத்தனமாக வி.பி.சிந்தனை மிரட்டினார். உங்களது மிரட்டலுக்கு அடிபணிய நீங்கள் ஒன்றும் மகாராஜாவும் அல்ல, நான் உங்களது அடிமை இல்லை என்று சூடாக பதில் கொடுத்து வெளியேறினார். அரசு பணிந்தது. போராட்டம் முடிவுக்கு வந்தது. திடீர் போராட்டங்கள் மூலமாக முழுமையான கோரிக்கைகளை வென்றெடுக்க முடியாது என்பதை போராட்டம் முடிந்து தோழர் வி.பி.சி தொழிலாளர்களுக்கு கற்பித்தார். மீண்டும் 1977-ம் ஆண்டு எம்.ஜி.ஆர் ஆட்சியில் போக்குவரத்து தொழிலாளர்கள் போராட்டம் பிரம்மாண்டமாக நடைபெற்றது.

1969ம் ஆண்டில் சிம்சன் போராட்டம் வெடித்தது. முதலாளி, நிர்வாகத்திற்கு ஆதரவான சங்கத்தை (இதை, 'போண்டா சங்கம்' என்று தொழிலாளர்கள் அழைப்பார்கள்) உருவாக்கி தொழிலாளர்களுக்கு எதிராக செயல்பட்டார். இதை எதிர்த்த போராட்டம் கருணாநிதி அரசின் அடக்குமுறைகளை மீறியும் நடைபெற்றது. வி.பி.சி கத்தியால் குத்தப்பட்டார். இதேபோன்று எம்.ஆர்.எஃப் தொழிற்சங்க போராட்டத்திற்கு வி.பி.சி தலைமை தாங்கினார். சங்க தலைவர்கள் யார் இருக்க வேண்டுமென்பதை

தொழிலாளர்கள்தான் முடிவு செய்வார்கள். நிர்வாகம் தலையிடக்கூடாது என்று வலியுறுத்தப்பட்ட காலம். அதற்கான போராட்டம் பல இடங்களில் நடைபெற்றது. இந்த போராட்டத்தையும் அன்றைய திமுக அரசு கடுமையாக அடக்கியது. கான்ட்ராக்ட் கேசுவல் தொழிலாளர்களுக்கு பஞ்சப்படி உட்பட நியாயமான ஊதியம் வழங்கவேண்டுமென்ற கோரிக்கையை முன்வைத்து தோழர் வி.பி.சி போராட்டத்தை துவக்கினார்.

நூற்றுக்கணக்கான தொழிற்சாலைகளில் தொழிலாளர்கள் தொழிற் சங்கங்களை உருவாக்கினார்கள். தனித்தனி போராட்டங்களுக்கு வெற்றி கிடைக்காதபொழுது வி.பி.சி தொழிலாளர்களை ஒன்றிணைக்க முயற்சி எடுத்தார். அதன் விளைவாக சென்னை தொழிற்சங்க கவுன்சில் என்ற அமைப்பை உருவாக்கினார்கள். இதன் மூலமாக ஆதரவு போராட்டங்கள் வலுவான முறையில் முன்னெடுக்கப்பட்டது. வி.பி.சி ஒரு விஷயத்தை மீண்டும் மீண்டும் வலியுறுத்துவார். தொழிலாளர்கள் எப்போதுமே தங்களது ஒற்றுமையின் மீது நம்பிக்கை வைக்க வேண்டும். நம்பிக்கையை தனிநபர்களிடம் வைக்கக் கூடாது என்பதை வலியுறுத்தி பேசியுள்ளார். இதனால்தான் அவர் கத்திக்குத்து பட்டு மருத்துவமனயில் இருந்தபோது எம்.ஜி.ஆர் அவரை சந்தித்து, ‘‘இந்நேரம் மூலக்கடையில் பல தலைகள் உருண்டிருக்க வேண்டாமா?’’ என்று கேட்டபொழுது, விபிசி, தன்னுடைய மென்மையான குரலில், ‘‘இது தொழிலாளர் ஒற்றுமை சம்பந்தபட்ட பிரச்சனை. தொழிலாளர்களை மோதவிடும் பிரச்சனை அல்ல’’ என்று அதற்கு முற்றுப்புள்ளி வைத்தார். தன்உயிர் போனாலும் தொழிலாளர் ஒற்றுமை மிக முக்கியம் என்பதில் அக்கறையாக இருந்தார்.

சட்டமன்ற உறுப்பினராக

இத்தனை பணிகளுக்கு மத்தியில் 1984ல் இருந்து 1987 வரை வில்லிவாக்கம் சட்டமன்ற உறுப்பினராக முன்னுதாரணமான முறையில் பணியாற்றினார். வில்லிவாக்கம் சட்டமன்ற தொகுதி தமிழகத்திலேயே அன்றைய தினம் பெரிய தொகுதியாக இருந்தது. ஊராட்சி துவங்கி மாநகராட்சி வரை அனைத்து உள்ளாட்சி அமைப்புகளையும் உள்ளடக் கியதாக இருந்ததொகுதி. பல்வேறு பணிகளுக்கு மத்தியில் அதிக வாக்காளர்கள், அதிக பரப்பளவு கொண்ட இத்தொகுதியில் தோழர் வி.பி.சி அனைத்துதரப்பு மக்களோடு தொடர்பு ஏற்படுத்தியிருந்தார். பள்ளிக்கூடங்கள்,

சாலைகள், மின் வசதிகள், வில்லிவாக்கத்தில் பாதாள சாக்கடை வசதிகள் என ஏராளமான அடிப்படை தேவைகள் தோழர் வி. பி.சி சட்டமன்ற உறுப்பினராக இருந்தபோது நிறைவேற்றப்பட்டன.

தொகுதி முழுவதும் இருக்கும் குடியிருப்போர் நலச்சங்கங்கள், மன்றங்கள், சமூக அரசியல் அமைப்புகள் என அனைத்து முகவரிகளையும் சேகரித்து வைத்திருந்தார். நான் மேற்கு சென்னை பகுதியில் முழுநேர ஊழியராக இருந்தபோது கொளத்தூர், வில்லிவாக்கம், திருமங்கலம் ஆகிய பகுதிகளை கவனிக்கக் கூடிய பொறுப்பில் இருந்தேன். மேற்கண்ட குடியிருப்போர் நலச்சங்கங்களுக்கு கடிதங்களை கொடுப்பதும், அவர்களின் கூட்டத்தை நடத்துவதும், தோழர் வி.பி.சி நிர்வாகங்களுக்கு எழுதும் கடிதங்களை உரியவர்களிடம் சேர்ப்பதுமே மிகப்பெரும் பணியாக எனக்கு இருந்தது. இதேபோன்று செங்குன்றம் ஆரம்பித்து போரூர் வரை நலச்சங்கங்களையும், மக்களையும் தோழர் வி.பி.சி இடைவெளியின்றி தொடர்பு கொண்டிருந்தார்.

எந்தவொரு கடிதம், மனுக்கள் பொது மக்களிடமிருந்து பெற்றாலும் அவர்களுக்கு தவறாமல் ஒரு தபால் கார்டை வி.பி. சி அனுப்பிவிடுவார். அந்த மனுவிற்கு அரசிடமிருந்து கிடைக்கப்பெற்ற பதிலையும் உரியவர்களுக்கு மறக்காது அனுப்பிவிடுவார். இதுபோன்ற பணிகளில் என்னை போன்றே ஏராளமான மத்தியதர அரங்க கட்சி உறுப்பினர்களை பயன்படுத்தினார். அத்தனை பேர்களுக்கும் ஏக காலத்தில் வேலைகளை பிரித்து கொடுத்து பணிகளை நிறைவேற்றும் கலையை தோழர் வி.பி.சி திறம்பட அமல்படுத்தினார்.

அதிகாரிகளை, அமைச்சர்களை சந்திப்பதற்கு தனியாக செல்ல மாட்டார். கூட்டமாக சம்பந்தபட்ட மக்களை அழைத்து செல்வதை எப்போதும் வழக்கமாக கடைபிடித்துவந்தார். தொகுதி சம்பந்தமாக அனைத்து கட்சியை சேர்ந்தவர்களையும் அழைத்துக் கொண்டுதான் சாதாரண அதிகாரி முதல் அமைச்சர் வரை சந்திப்பதை வழக்கமாக கொண்டிருந்தார்.

தொகுதியில் வட்ட வாரியாக, ஊராட்சி வாரியாக நலச்சங்கங்களை கூட்டி வைத்து மனுக்களை பெறுவதும் செய்த பணிகளை விளக்குவதும் தொடர்ந்து கடைப்பிடித்து வந்தார். கோபதாபங்களோடு பலர் கேள்வி கேட்டாலும் தனக்கே உரிய பாணியில் அதற்கான விளக்கத்தை அளிப்பார். தொகுதி மக்கள்

பிரச்சனைக்காக தொடர்ந்து தர்ணா, உண்ணாவிரதம், மறியல் என பல்வேறு போராட்டங்களை நடத்திக் கொண்டிருந்தார். பெரும் பணிகளுக்கு இடையில் அவர் தொகுதி பணியாற்றியது எங்களை போன்றவர்களுக்கு மிகப்பெரும் வியப்பை ஏற்படுத்தியது.

தோழர் வி.பி.சி சட்டமன்ற உறுப்பினராக தேர்வு பெறுவதற்கு முன்னால் அம்பத்தூர் தவிர இதர இடங்களில் கட்சி, வெகுஜன அமைப்புகள் இல்லை. ஆனால் தோழர் வி.பி.சி சட்டமன்ற உறுப்பினரான பின்பு தொகுதியின் பல்வேறு இடங்களில் கட்சியின் வெகுஜன அமைப்புகளும் உருவாக்கப்பட்டன. குறிப்பாக நான் பொறுப்பாக இருந்த ஜி. கே.எம் காலனி, இராஜாஜி நகர், கொளத்தூர், ராசமங்கலம், சிட்கோ, அகத்தியர் நகர், திருமங்கலம் என பல இடங்களில் கட்சிகளின் இளைஞர் அணியிலிருந்தும், பல இடங்களில் மற்ற அமைப்புகளிலிருந்தும் வாலிபர் சங்கத்திற்கு வருகை தந்தனர். பிறகு கட்சி அமைப்புகள் உருவானது. சட்டமன்ற உறுப்பினர் என்பதற்கான பலன்களை தோழர் வி.பி.சி மூலமாக பெற முடிந்தது. எனவேதான் அவருடைய மரணத்தின்போது அஞ்சலி செலுத்துவதற்காக தொகுதி மக்கள் கூட்டம் கூட்டமாக வந்தார்கள். அந்த கூட்டமே அவர் மக்களோடு வைத்திருந்த தொடர்புக்கு அத்தாட்சியாகும்.

வெகுஜன தளத்தில்...

தொழிற்சங்க பணிகள், கட்சி பணிகள், சட்டமன்ற பணிகள் என்று பல தளத்தில் பணிபுரிந்தாலும் சென்னையில் வெகுஜன அமைப்புகள் குறிப்பாக வாலிபர் சங்கம், மாதர் சங்கம், மாணவர் சங்கத்தின் வளர்ச்சிக்கு தோழர் வி.பி.சிந்தனுடைய உதவிகள் அடிப்படையானது. வாலிபர் சங்கத்தின் விரிவாக்கத்தின்போது சமூக விரோதிகளும், காவல்துறையும் கடுமையான முறையில் அடக்குமுறைகளை ஏவினர். குறிப்பாக குடிசை பகுதிகளில் இத்தாக்குதல்கள் அதிகமாக இருந்தது. வியாசர்பாடி, பெரியமேடு, நம்மாழ்வார்பேட்டை, மாதவரம், ரோட்டரி நகர், இராயபுரம், மயிலாப்பூர் என பல்வேறு பகுதிகளில் வாலிபர் சங்கம் அடக்குமுறைகளை சந்தித்தது. காவல்துறையையும், அரசு நிர்வாகத்தையும் எதிர்த்து இயக்கங்கள் நடத்துவதற்கும், இளைஞர்களை எழுச்சி கொள்ள செய்வதற்கும் தோழர் வி.பி.சி தலைமை தாங்கினார்.

1985-ம் ஆண்டு கல்கத்தாவில் அகில இந்திய கட்சி காங்கிரஸ் நடைபெற்றது. சென்னையிலிருந்து நூற்றுக்கணக்கான வாலிபர்கள் மாநாட்டில் பேரணியில் கலந்து கொள்வதற்காக இரண்டு நாட்களுக்கு முன்பாக சென்றுவிட்டோம். உலக இளைஞர் ஆண்டை முன்னிட்டு மத்திய அரசு ரயில் கட்டண சலுகை அளித்தது. கல்கத்தாவில் தங்குவதற்கு இடம் இல்லாத சூழ்நிலையில் மாநாட்டில் பிரதிநிதியாக இருந்த தோழர் வி பி சிந்தனுக்கு ஒரு சீட்டைக் கொடுத்து அனுப்பி வைத்தோம். அவர் உடனடியாக வெளியே வந்து சால்ட்லேக் விளையாட்டு அரங்கத்தை கட்டுவதற்காக தொழிலாளர்கள் பயன்படுத்திய தற்காலிக குடியிருப்புகளை பல நூறு தோழர்களுக்கு ஏற்பாடு செய்து கொடுத்தார்.

1984-ம் ஆண்டு வாலிபர் சங்கத்தின் மாநில மாநாடு திருவாரூரில் நடைபெற்ற பொழுது பேரணியில் கலந்து கொள்வதற்காக நூற்றுக்கணக்கான இளைஞர்கள் ரயிலில் வந்தார்கள். அவர்களை விழுப்புரத்தில் ரயில்வே காவலர்கள் கெடுபிடி செய்து ரயிலில் இருந்து இறக்கிவிட்டனர். இதை அறிந்து அதே ரயிலில் பயணம் செய்த விபிசி இரவு நேரத்தில் சட்டையில்லாமல் பனியனுடன் அவர்களோடு இறங்கி ரயில்வே நிர்வாகத்திடம் பேசி இரவெல்லாம் தூங்காமல் அடுத்த ரயிலில் திருவாரூருக்கு அழைத்து வந்து சேர்ந்தார்.

பெண்கள் காவல்துறையால் தாக்கப்படும்பொழுதும், வாலிபர் சங்க தோழர்கள் காவல்துறையால் தாக்கப்படும்பொழுதும் பல நேரங்களில் காவல் நிலையங்கள் முற்றுகை போராட்டங்கள் நடைபெற்றுள்ளது. இப்போராட்டங்களில் கலந்து கொண்டு வழிகாட்டி, பிரச்சனைகளை தீர்வு காணகூடிய இடத்தில் தோழர் வி.பி.சி பிரதான பங்கு வகித்தார்.

சென்னையில் 1986ம் ஆண்டு கடுமையான குடிநீர் பஞ்சம் ஏற்பட்டபோது வாலிபர், மாதர் அமைப்புகளின் தலைமையில் பல போராட்டங்கள் நடைபெற்றது. அரசு காவல்துறையையும், ரவுடிகளையும் களத்தில் இறக்கி போராடுவோர்களை தாக்கியபோதும் தோழர் வி.பி.சி களத்திற்கு வந்துவிடுவார். சமூகத்தில் விளிம்பு நிலை மக்கள் பாதிகப்படுகிற போது நேரடி தலையீட்டில் தோழர் வி.பி.சி முன்னிலை வகிப்பார். இன்னும் பல பணிகளை இப்படி அடுக்கிக் கொண்டே செல்லலாம்.

நிறைவாக...

தோழர் வி.பி.சிந்தனுடைய நூற்றாண்டு பிறந்த தினத்தை கொண்டாடுகிற பொழுது அவரின் கொள்கைகளை நிறைவேற்றும் பணியில் ஈடுபட வேண்டும். பல தளங்களில் அவரின் உழைப்பை முன்மாதிரியாக எடுத்துக் கொள்ள வேண்டும். அவரை புகழ்ந்துவிட்டு அவரின் கொள்கைகளையும் உழைப்பையும். அணுகுமுறைகளையும் புறந்தள்ளிவிடுவது தோழர் வி.பி.சி விழாவை கொண்டாடுவதற்கு நியாயம் வழங்காது. குறிப்பாக அவரின் அணுகுமுறை ஒவ்வொரு ஊழியரின் நலன் சார்ந்தும் குடும்ப நலன் சார்ந்தும் பொது நலன் சார்ந்தும் இருக்கும். அடித்தட்டு மக்களிடம் அன்பான முறையிலும், அவர்களை அணிதிரட்டும் வகையிலும் தனது அணுகுமுறைகளை அமைத்துக் கொண்டார். தொழிற்சங்கத்தில் முன்னணி ஊழியர்களை தனிப்பட்ட முறையில் செதுக்கி எடுத்தார் என்றால் அது மிகையாகாது.

பதவி, பொறுப்புகள் என்பதை புறந்தள்ளி மக்களிடையே பணி செய்வதையே தனது பதவியாக பொறுப்பாக மாற்றிக் கொண்டார். அமைப்பின் கட்டுப்பாடுகளை சுயமாக கடைப்பிடித்தார். பொறுப்புகளில் இருக்கும்போது கட்டுப்பாடுகளை பற்றி, விதிகளை பற்றி பேசுவதும் பொறுப்புகளில் இல்லாதபோது அவற்றை மீறுவது என்ற சில போக்குகள் கூட அவரிடம் நான் பார்த்தவரை இல்லை. குறிப்பாக கேரியரிசத்திற்கு ஆட்படாத தலைவர். தனது காரை கூட கட்சியின் பயன்பாட்டிற்கு மட்டுமே பயன்படுத்துவதில் விடாப்பிடியாக இருந்தார். அவர் கம்யூனிச நெறிமுறைகளை சுயமாக கடைப்பிடித்தார்.

விழாவும் நினைவு கூர்தலும் சடங்காக மாறாமல் சமூக மாற்றத்திற்கான மார்க்கமாக அமைய வேண்டும். அனைத்து தளத்திலும் பணியாற்றியதால் அவர் உழைப்பாளி மக்களின் வர்க்க தலைவராக உயர்ந்து நிற்கிறார்.

11

வெள்ளையர்களின் சிம்மசொப்பனம்

“நெற்கட்டாஞ் செவ்வலுக்கு பெருமை என்ன
நெருப்பாற்றைக் கடந்த பூலித்தேவனாலே”

என்ற பாடல் வரிகளுக்கு ஏற்ப வீரவாழ்க்கை வாழ்ந்தவன். பாளையக்காரர்களில் கும்மிப்பாடல், தாலாட்டுப்பாடல் என பாட்டுடைத்தலைவனாக இருந்த ஒரு சிலரில் பூலித்தேவனும் ஒருவன்.

1715-ல் சித்திரபுத்திரதேவருக்கும். சிவஞான நாச்சியாருக்கும் பிறந்து நெற்கட்டாஞ் செவ்வலுக்கு பாளையக்காரனாக மாறினார். தனது 35வது வயதிலிருந்து 52ம் வயது வரை ஆற்காட்டு நவாபு படைகளையும். கும்பினியர்கள் படையையும் எதிர்த்து போராடினார்.

1736-ல் மதுரை நாயக்கர்களின் ஆட்சி முடிவுக்கு வந்தது. பாளையங்கள் திறைசெலுத்த மறுத்து தனித்தே செயல்பட ஆரம்பித்தன. மதுரையை வெற்றிக்கொண்ட ஆற்காட்டு நவாபு முகமது அலி தனது சகோதரன் அப்துல் ர`ஹீம் என்பவன் தலைமையில் 1751-ம் ஆண்டு 2500 குதிரைப்படைகளையும் 300 காலாட்படைகளையும் 30 ஐரோப்பியர் பட்டாளத்தையும் அனுப்பி

பாளையங்களை அடக்கி வரியை பிடுங்கிவர உத்தரவிட்டான். இப்படையை கும்பினியர் தளபதி லெப்டினட் இன்னிசு வழிநடத்திச் சென்றார். இதை அறிந்த பூலித்தேவன் சுற்றுவட்டாரப் பாளையங்களை ஒன்று திரட்டி எதிர்க்கத் தயாரானார். படை கண்டு அடங்கி கப்பம் கட்டுவார்கள் என்று எதிர்பார்த்து சென்றவர்களுக்கு பூலித்தேவனின் படைபலம் கண்டு பின்வாங்கிச்சென்றனர்.

அரசு, வரியில்லாமல் வாழமுடியுமா? அதுவும் கோட்டை கொத்தளங்களும் ,அந்தப்புர கும்மாளங்களும் இல்லாமல் ஆற்காட்டு நவாப்புக்கும் ,கும்பினியர்களுக்கும் இருக்க முடியுமா? எனவே ஆற்காட்டு நவாபு நெல்லைச்சீமையில் வரிவசூலிக்க கிழக்கிந்திய கம்பெனிக்கு உரிமை வழங்குவதாக கூறி உதவியை நாடினான். இதனையே பெரும்வாய்பாக கருதி திருச்சியில் முகாமிட்டிருந்த கர்னல் அலெக்சாண்டர் கெரான் 1755-ல் பிப்ரவரி மாதத்தில் பீரங்கிகளுடனும், 2000 சிப்பாய்களுடனும், 500-ஐரோப்பியர்களுடனும் படை நடத்தி வந்தான்.

கர்னல் கெரானுடன் நவாப்பின் அண்ணன் மாபூசுக்கானும், முகமது யூசுப்கானும் (மருதநாயகம் பிள்ளை) இணைந்து வந்தனர். வரும் வழியில் திண்டுக்கல்லுக்கும் மணப்பாறைக்கும் இடையில் இருந்த லக்கநாயக்கன் பாளையத்தை கைப்பற்றி மதுரைக்குள் நுழைந்தான். மதுரை அப்போது சந்தாசாகிப் ஆதரவாளர்களிடமிருந்தது. அவர்களின் எதிர்ப்பின்றியே மதுரையை கைப்பற்றி பாஞ்சாலங்குறிச்சியை நோக்கி படைகளை நகர்த்தி பாஞ்சாலங்குறிச்சியையும் முற்றுகையிட்டான்

அப்போது அங்கு வீரபாண்டிய கட்டபொம்முவின் பாட்டன் பொல்லாப்பாண்டியன் (1736-1760) ஆட்சியிலிருந்தார். பொல்லாப் பாண்டியன் ஒருபகுதி கப்பத்தை கட்டிவிட்டு மீதித்தொகைக்கு பாளையத்தின் கஷ்டத்தை எடுத்துக் கூறினான். கர்னல் கெரான் அதற்கு இணங்காமல் அவனது இருமகன்களையும் பிணைக்கைதியாக பிடித்து வைத்து மீதித்தொகை கிடைத்தவுடன் விடுத்தான். பாஞ்சாலங்குறிச்சி முடிந்தவுடன் நத்தக்கோட்டை பாளையத்தை முற்றுகையிட்டு கப்பத்தை வசூலித்தான். இதனிடையே மாபூசுக்கான், பூலித்தேவனின் நெற்கட்டாஞ்செவ்வல் கோட்டையை தாக்கிட படையுடன் புறப்பட்டான். இதை அறிந்த

பூலித்தேவன் அப்படையை வழியிலேயே இடைமறித்து தோற்கடித்து விரட்டினார்.

பல பாளையங்களை பிடித்த வேகத்தில் திரும்பிட நினைத்த கர்னல் கெரானை மாபூசுக்கான், பூலித்தேவன் மீது படையெடுக்க வேண்டிய ஆலோசனையை வலிறுத்தினான். இதனால் கெரான் நெற்கட்டாஞ்செவ்வல் கோட்டை மீது படையெடுக்க கிளம்பினான். எத்தனையோ பாளையங்களை அடக்கிய எமக்கு இது எத்தனை நாளைக்கு என்ற எண்ணத்துடன் தாக்குதலை ஆரம்பித்தான். ஆறு பவுன்ட் பீரங்கிகளைக் கொண்டு தாக்கினான். கல்லால் ஆன கோட்டை கர்ஜித்து நின்றது. 4000 படை வீரர்கள் கோட்டையின் பாதுகாப்பிற்காக இருந்தனர். இதனால் விரக்தி அடைந்த கர்னல் கெரான், சமாதான முறையில் பேசி பணியவைத்திட துபாசு முதலியார் என்பவரை தூது அனுப்பினான்.

ஒரு பகுதி கப்பம் கட்டினால் முற்றுகை நீக்கப்படும் என்று தெரிவித்தான். ஆனால் பூலித்தேவன் இதற்கு சம்மதிக்கவில்லை. கெரானின் படைகள் களைத்திருந்ததையும். உணவுநெருக்கடியில் இருந்ததையும் அறிந்து கொண்ட பூலித்தேவன் விற்படை, வேற்படை, வாட்படை, மற்படை என நான்கு வகையிலும் தாக்குதல் தொடுத்து கெரானின் படைகளை சிதறடித்தான். 1755-ல் மே-22-ல் கெரான் நெற்கட்டாஞ்செவ்வலிலிருந்து பின்வாங்கினான். பூலித்தேவனின் வெற்றி அவரது புகழை பரப்பியது. மேலும் பலபாளையங்கள் நட்பாகின. நாட்டுபுறப்பாடல்களில் பாட்டுடைத்தலைவனாக மாறினார்.

களக்காட்டில் அதே ஆண்டு யுத்தகளம் மீண்டும் உருவானது. நவாபுவின் திருச்சி பிரதிநியாக இருந்த முடோமியா தனக்கு இருந்த அதிகாரத்தை பயன்படுத்தி களக்காட்டுக் கோட்டையை திருவிதாங்கூர் மன்னன் மார்த்தாண்ட வர்மனுக்கு விற்பனை செய்தான். மார்த்தாண்ட வர்மன் அங்கு 2000 படைவீரர்களை நிறுத்திவைத்தான். நவாபுவின் மபுசூக்கான் திடீர்த் தாக்குதல் நடத்தி களக்காடுகோட்டையை கைப்பற்றினான். மாபூசுக்கான் மதுரை சென்றிருந்த நேரம் பார்த்து பூலித்தேவனும். மார்த்தாண்டவர்மனும் இணைந்து களக்காடு கோட்டையை கைப்பற்றினர். கடுங்கோபமுற்ற மாபுசூக்கான் 600 குதிரைப்படைகளுடனும், 1000 சிப்பாய்களுடனும் சில

பாளையக்காரர்களையும் இணைத்துக்கொண்டு கோட்டையை தாக்கினான். இப்போரில் பூலித்தேவன் வெற்றிபெற்று களக்காட்டை தக்கவைத்துக் கொண்டார்.

இவ்வெற்றி பூலித்தேவனுக்கு புதுத்தெம்பைக் கொடுத்தது. தனது பாதுகாப்பு எல்லையை விரிவுபடுத்த எண்ணி திருவில்லிபுத்தூர் கோட்டையை கைப்பற்ற திட்டமிட்டார். மதுரைக்கும் நெல்லைக்கும் இடையிலே இருப்பதால் இதன் இருப்பு முக்கியமாகப்பட்டது. இக்கோட்டை ஆற்காடு நவாபுவின் தம்பி ர`ஹீம் மேற்பார்வையில் 3000 சிப்பாய்களுடனும் 30கும்பினியர்களின் துணைப்படையுடன் பாதுகாப்பாக இருந்தது. நேரம் பார்த்து பல ஆயிரம் காலாட்படையுடனும். 1000 குதிரைப் படையுடனும் தாக்குதலைத் தொடுத்து கோட்டையை கைப்பற்றினார். ர`ஹீம் விரட்டி அடிக்கப்பட்டான். இந்த வெற்றியால் கும்பினியர்களையும். நவாபுவையும் வெறுத்த பல பாளையக்காரர்கள் மகிழ்ச்சி அடைந்தனர். பூலித்தேவனுக்கோ வெற்றியின் வேகம் அடுத்த இலக்கைத் தேடியது. மாபூசுக்கான் தங்கியிருந்த திருநெல்வேலியை கைப்பற்றி மாபூசுக்கானை ஒழித்துவிட திட்டமிட்டார்.

1756-மார்ச் 21. திருநெல்வேலி மீது பூலித்தேவன் படையெடுத்தார். பூலித்தேவனை நெல்லைக்கு அருகில் இருந்த பாளையங்கள் ஆதரிக்கவில்லை. இருந்தாலும் சண்டை தீவிரமாக நடைபெற்றது. பூலித்தேவனிடம் முடோமியா என்ற பட்டாணியத் தளபதி இருந்தார். இவரது வீரமும் சூரத்தனமும் எதிரிகளை நிலைகுலையச்செய்தது. ஆனாலும் போர்க்களத்தில் முடோமியா எதிரிகளால் வெட்டி வீழ்த்தப்பட்டார். பூலித்தேவன் படைகள் சிதறின. பூலித்தேவன் 2000 வீரர்களை பறிகொடுத்து நெற்கட்டாஞ்செவ்வலுக்கு திரும்பினார். முடோமியாவின் மரணம் பூலித்தேவனுக்கு மனச்சோர்வை ஏற்படுத்தியது.

யுத்தக்கள ரத்தம்காயும் முன்பு காட்சிகள் மாறின. மாபூசுக்கானை சென்னைக்கு திரும்பிட நவாபு உத்தரவிட்டார். மாபூசுக்கான் மறுத்தான். ஆங்கிலேயத் தளபதியுடன் கருத்து வேறுபாடு ஏற்பட்டது. இதனிடையே முகமது யூசுப்கான் நெல்லைப் பாளையங்களை அடக்கி வரிவசூலிக்க பணிக்கப்பட்டான். உள்ளே மோதல் முற்றியது. நேற்றுவரை

யுத்தக்களத்தில் வெட்டி வீழ்த்திய பூலித்தேவனிடம் மாபூசுக்கான் அடைக்கலம் பெற்று அவனுக்காக போர்புரியத் துவங்கினான். மாபூசுக்கானை பூலித்தேவன் சிறைபிடித்து வைத்துள்ளதாகவே யூசுப்கான் கருதினான். அத்துடன் பூலித்தேவனை அடக்கிடவும் வரிவசூலித்திடவும் முடிவெடுத்தான்.

1756-மே-6.ல் 1400 குதிரைப்படையுடனும் 18 பவுன்ட் சக்திவாய்ந்த 4 பீரங்கிளுடனும், திருவிதாங்கூர் மன்னனின் ஆதரவுடன் படைநடத்தி திருவில்லிபுத்தூர் கோட்டையை பூலித்தேவனிடமிருந்து கைப்பற்றினான். ஆக்ஸ்ட்10ம் தேதி கொல்லங்கோட்டை பாளையத்தை வந்தியத்தேவனையும், வாண்டையத்தேவனையும் தோற்கடித்து கைப்பற்றினான். டிச.1 அன்று கங்கைகொண்டான் என்ற இடத்தில் பூலித்தேவன் படைகளும் யூசுப்கான் படைகளும் மோதிக்கொண்டன. இதில் பூலித்தேவன் தோற்கடிக்கப்பட்டு நெற்கட்டாஞ் செவ்வலுக்கு திரும்பினார். பூலித்தேவன் கோட்டையை பிடிப்பது யூசுப்கானின் வீரத்திற்கும் ஆங்கிலேயர்களின் வருவாய்க்கும் அவசியமாகியது. ஆட்களும். ஆயுதங்களும் திரட்டப்பட்டன.

1759 ஜூலையில் கும்பினியர்களின் படைகள் மீண்டும் யூசுப்கான் தலைமையில் புறப்பட்டது. 6400 காலாட்படைகளுடனும். 600 குதிரை வீரர்களுடனும் ஊத்துமலை பாளையத்தை கைப்பற்றினான். இவனுடன் திருவிதாங்கூர் மார்த்தாண்ட வர்மனின் படைகளும் இணைந்தன. செப்.23-ல் வடகரை பாளையத்தை கைப்பற்றினர். வடகரை தீக்கிரையாக்கப்பட்டு அழிக்கப்பட்டது. நவ 6-ல் பூலித்தேவனின் நெற்கட்டாஞ் செவ்வல் கோட்டையை தாக்கினான் யூசுப்கான். அங்கே நிலைகொண்டு வாசுதேவநல்லூர் கோட்டையையும் தாக்க துவங்கினான். சந்தர்ப்பத்தை எதிர்பார்த்து காத்திருந்த பூலித்தேவனின் 3000 சிப்பாய்கள் யூசுப்கானின் படைக்குள் புகுந்து சிதறடித்தனர். திடீர்த்தாக்குதலில் 200 வீரர்களை இழந்து கும்பினியப்படை சிதறுண்டது. பூலித்தேவனுக்கு இதைவிட சேதாரம் அதிகமானாலும் கோட்டை பாதுகாக்கப்பட்டது.

யுத்தம் நிறுத்தப்பட்டு துரோகங்கள் அரங்கேற்றப்பட்டது. நெற்கட்டாஞ் செவ்வலுக்கு அருகில் இருந்த நடுவக்குறிச்சிப் பாளையமும் 2000 வீரர்களும் கும்பினியர்கள் பக்கம் மாறினர். இவர்களின் உதவியுடன் நெற்கட்டாஞ் செவ்வலை சுற்றியுள்ள

காடுகளில் கும்பினியர்களின் முகாம்கள் அமைக்கப்பட்டு தாக்குதலுக்கு தயாராகின. இதை அறிந்த பூலித்தேவனின் படைத்தளபதிகளில் ஒருவனான தாழ்த்தப்பட்ட குலத்தைச் சேர்ந்த வெண்ணிக்காலடி, கும்பினிய முகாம்களை குலைத்திட நினைத்தான். இரவோடு இரவாக தாக்கி பலவீரர்களை பலிகொண்டு தானும் பலியானான். மாய்ந்து கிடந்த வெண்ணிக்காலடியை மடியிலே கிடத்தி மனம் வெந்தார் பூலித்தேவன். வெண்ணிக்கொடிக்கு வீரக்கல்லில் வல்லயத்தை வைத்தார் பூலித்தேவன். இவன் போரிட்ட இடம் ‘காலாடிமேடு’ என்று அழைக்கப்படுகிறது.

1760-டிசம்பர் மாதம் யூசுப்கான், பூலித்தேவனின் கோட்டையை தாக்கினான். நான்கு மாதங்கள் இத்தாக்குதல் நடைபெற்றது. 1761-மே மாதம் வாசுதேவநல்லூர் கோட்டை, நெற்கட்டாஞ்செவ்வல் நல்லூர் கோட்டை ஆகியவை கைப்பற்றப்பட்டது. பூலித்தேவன் இராமநாதபுரம் கடலாடிக்கு தப்பிச்சென்றார். வரலாற்றின் தடம் மாறியது. 1764.ல் யூசுப்கான் மதுரையில் மறைந்தான். 1766-ல் பூலித்தேவன் கடலாடியிலிருந்து திரும்பி வந்து வாசுதேவநல்லூர் கோட்டையை புதுப்பித்து ஆட்சி செய்தார். இதை அறிந்த ஆங்கிலேயர்கள் 1766-அக்டோபரில் தாக்குதலை துவங்கினர். 1767-மே மாதம் வரை இத்தாக்குதல் நீடித்தது.

1766 அக்டோபர் மாதம் கேப்டன் பௌட்சன் தலைமையில் வாசுதேவநல்லூர் கோட்டை தாக்கப்பட்டது. டிசம்பர் மாதம் மேஜர் பிளிண்ட் மற்றும் கேப்டன் பெயின்டர் தலைமையில் கொல்லங்கொண்டான்கோட்டை தாக்கப்பட்டது. ஐந்து ஆங்கிலத் தளபதிகளும் ஏராளமான சிப்பாய்களும் இறந்ததால் கும்பினியப்படை பின்வாங்கி நெல்லைக்குச் சென்றது. 1767ஏப்ரல் 29-ல் கர்னல் டொனால்டு கேம்பெல் பெரும்படையுடன் கொல்லங்கொண்டான் கோட்டையை தரைமட்டமாக்கினான். சேத்தூரையும் கைப்பற்றினான். மே 13.ம் தேதி வாசுதேவநல்லூர் கோட்டையினை தாக்கினான். ஒரு வார யுத்தத்திற்கு பிறகு கோட்டை வீழ்ந்தது. பூலித்தேவனும் அவரது வீரர்களும் காட்டிற்குள் தப்பிச்சென்றனர். பின்னர் பூலித்தேவன் கைதுசெய்யப்பட்டு பாளையங் கோட்டைக்கு செல்லும் வழியில் வழிபடச்சென்றபோது தப்பிச்சென்றதாக தகவல் உள்ளது.

பூலித்தேவனின் படையில் தாழ்த்தப்பட்ட வகுப்பைச்சேர்ந்த ஒண்டிப்பகடை, வெண்ணிகாலாடி போன்ற தளபதிகளின் வீரமும். தியாகமும் எழுச்சிகொள்ளச் செய்யும். பட்டாணிய இனத்தைச்சேர்ந்த முடோமியா மற்றும் நபிகான் கட்டாக் போன்றவர்களும் இருந்து வீரமரணம் அடைந்துள்ளனர். பூலித்தேவனுடன் இணைந்த மாபூசுக்கான் மாற்று மதமானாலும் மரியாதையுடன் நடத்தப்பட்டார். அவரது வழிபாட்டு உரிமை பாதுகாக்கப்பட்டது. அவரது தொழுகைக்கு பள்ளிவாசல் அமைத்து கொடுக்கப்பட்டது.

15 ஆண்டுகள் கும்பினியர்களை எதிர்த்து உறுதிகுலையாமல் போரிட்ட வீரனின் மரணத்தடயம் கிடைக்காவிட்டாலும்.அவரது உறுதிகுலையாத வாழ்வையும் போர்க்கள வீரத்தையும் வரலாறு பதியவைத்துள்ளது.

□

www.ingramcontent.com/pod-product-compliance
Lightning Source LLC
LaVergne TN
LVHW060124051026
849517LV00007B/2384